முத்திரை யோகம்

விரல்களில் உருவாகும்

விநோத ஆற்றல்

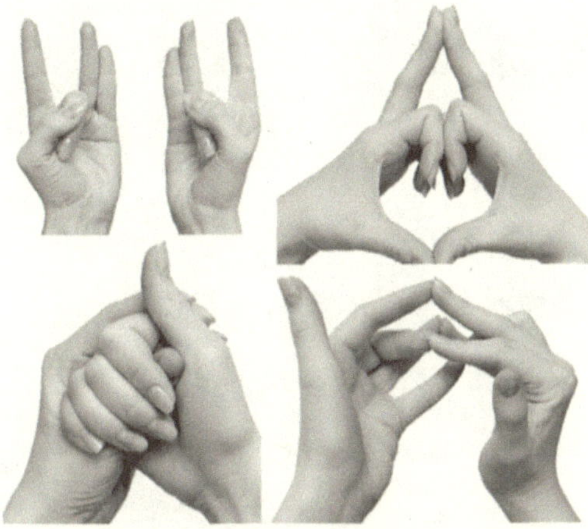

வேணு சீனிவாசன்

தமிழ்நாடு அரசின் சிறந்த நூலாசிரியர் விருது பெற்றவர்

சங்கர் பதிப்பகம்

15 / 21, டீச்சர்ஸ் கில்டு காலனி, 2-வது தெரு,
இராஜாஜி நகர் விரிவு,
வில்லிவாக்கம், சென்னை - 600 049.
தொலைபேசி: 044-26502086, 9444191256
email: shankar_pathippagam@yahoo.com
wef: www shankarpathippagam.in & www bookthagam.com

நூல் விவரப் பட்டியல்

நூலின் பெயர்
முத்திரை யோகம்

நூலாசிரியர்
வேணு சீனிவாசன்
நூல் அளவு
டெம்மி

பதிப்பு ஆண்டு
முதல் பதிப்பு - 2022

பக்கங்கள்
200
விலை
ரூ.200

வெளியீடு
சங்கர் பதிப்பகம்
15/21, டீச்சர் கில்டு காலனி,
2-வது தெரு, இராஜாஜி நகர் விரிவு,
வில்லிவாக்கம், சென்னை - 600 049.
தொலைபேசி: 044 - 2650 2086

வடிவமைப்பு & மேலட்டை
பழனி & லதா, வில்லிவாக்கம்.

அச்சிட்டோர்
எம்.கே.கிராபிக்ஸ், சென்னை - 600 021.
தொலைபேசி : 98408 28213

முன்னுரை

உலகம் ஐம்பூதங்களினால் உருவானது. இதில் ஒரு அங்கமாக விளங்குவது நமது உடல். அண்டத்தில் உள்ள ஐம்பூதத் தத்துவமே நமது உடலிலும் ஆட்சி நடத்துகிறது. ஆகவே தான் அண்டத்தில் இருப்பதே பிண்டத்திலும் இருக்கிறது என்றனர் நமது முன்னோர்.

ஐம்புலன்களினால் இயங்கும் நமது உடல் ஆரோக்கியமாகச் செயல்படுவதற்கு ஐம்பூதங்களும் சரியான அளவில் இருப்பது அவசியம். அவைகளில் ஏற்றத்தாழ்வு ஏற்படும் போது உடல் ஆரோக்கியம் குறைகிறது, நோய்த் தாக்குதலுக்கு ஆளாகிறது. ஐம்பூதங்களின் குறைபாடு உடலை மட்டும் பாதிப்பதில்லை, அது உள்ளத்தையும் உளைச்சலுக்கு உள்ளாக்குகிறது. மன அழுத்தம், மன உளைச்சல், பரபரப்பு, உயர் இரத்த அழுத்தம் போன்ற பலவகையான நோய்களின் படையெடுப்புக்கு மனம் ஆளாகிறது.

நமது உடலுக்கும் உள்ளத்திற்கும் ஏற்படும் தடுமாற்றங்களை நீக்கி நோய்களில் இருந்து விடுதலை பெறுவதற்கு முத்திரைகள் உதவுகின்றன. விரல்களினால் செய்யப்படும் இந்த முத்திரைகள் விநோதமான ஆற்றலை உள்ளடக்கியவை. ஆகவே அவைகள் உடல் நோய்களை நீக்குகின்றன. உள்ளத்திற்குப் புதுத் தெம்பையும், உற்சாகத்தையும் தந்து இழந்து போன வசந்தகாலத்தை மறுபடியும் கொண்டு வருகின்றன. முத்திரைகளை விரல்கள் கொண்டு வரும் வசந்தம் என்று கூடச் சொல்லலாம்.

முத்திரைகள் தியானத்தின் போதும் பயன்படுத்தப்படுகின்றன. இதன் மூலமாக மன ஒருமைப்பாடு சித்திக்கிறது. நினைவாற்றல் பெருகி, மனம் உயர்ந்த தளத்திற்குப் பயணமாகிறது.

நோய்களை நீக்குவதற்கும் பலவிதமான முத்திரைகள் வல்லுநர்களினால் பரிந்துரை செய்யப்பட்டுள்ளன. இவைகளை முறைப்படி செய்தால் நல்ல பலன்களைப் பெறலாம். சுறுசுறுப்பாக வாழ்வதற்கும், இரத்தத்தில் உள்ள அதிகப்படியான கொழுப்பு கரைவதற்கும், மூட்டுவலி குணமாகவும், இரத்தம்

சுத்தமாவதற்கும் கூட குறிப்பிட்ட முத்திரைகள் உள்ளன.

மாத்திரைகளை விட்டு ஒழிக்க வேண்டும் என்று விரும்புகிறவர்கள் முத்திரையைப் பயற்சி செய்வது நீண்டகால பயன்களைத் தரும்.

முத்திரைகளை உலக மக்கள் அனைவருமே ஏதோ ஒரு விதத்தில் பயன்படுத்தி வருகின்றனர். நடன அசைவுகளும், கை அசைவுகளும் முத்திரைச் செய்திகளைத் தாங்கி வந்து பார்ப்பவர்களைப் பரவசப்படுத்துகின்றன. முத்திரைகளுக்கும் நிறங்களுக்கும் நெருங்கிய தொடர்பு இருப்பதால் நிற சிகிச்சையிலும் முத்திரைகள் பெரும்பங்கு வகிக்கின்றன. யோகத்திலும் முத்திரைகள் உண்டு, இந்த யோக முத்திரைகள் நம்மை இறைசக்தியோடு நெருக்கமாக்க உதவுகின்றன. மன அமைதியை ஏற்படுத்தி, சிந்தனையில் தெளிவைப் புகட்டி, ஞானம் பெற வழிகாட்டுகின்றன.

அவைகளைப் பற்றி இந்தப் புத்தகத்தில் விளக்கமாகத் தெரிந்து கொள்ளலாம். பல புத்தகங்களில் இருந்தும், கட்டுரைகளில் இருந்தும், அனுபவம் உள்ளவர்களிடம் கேட்ட தகவல்களில் இருந்தும் இந்தப் புத்தகத்தைத் தொகுத்து எழுதி இருக்கிறேன். இது உங்களுக்கு மிகவும் பயன்பட வேண்டும் என்ற ஆவலில் எளிமையாக எல்லோருக்கும் புரியும் வகையில் அமைத்திருக்கிறேன்.

இந்நூலில் வலைத்தளத்தில் உள்ள படங்களைப் பயன்படுத்தியுள்ளோம். அவர்கட்கும் எங்கள் நன்றியைத் தெரிவித்துக் கொள்கிறோம்.

இந்த நூலை வெளியிடும் அருமை நண்பர் திரு, கோமதி நாயகம் அவர்களுக்கு நன்றி.

முத்திரை யோகம் என்ற இந்த நூல் உங்கள் அனைவரது வாழ்க்கையிலும் யோகத்தைக் கொண்டுவரும் என்பதில் சந்தேகமில்லை.

அன்பன்

வேணு சீனிவாசன்

நூலின் உள்ளே...

1. முத்திரைகள் என்றால் என்ன?

கைவிரல்களை இணைத்து உருவாக்கப்படும் எளிமையான பாவனைகள், சைகைகள் ஆகியவற்றை முத்திரைகள் என்கிறோம். இவைகள் ஆற்றல் மிகுந்த சக்தி பூட்டுக்கள். ஆதி காலத்தில் இருந்தே முத்திரைகள் தந்திரயோகத்தின் ஒரு முக்கியமான கலைப் பிரிவாகவும், தவிர்க்க முடியாத அங்கமாகவும் இருந்து வருகிறது.

சமஸ்கிருத அகராதி முத்ரா என்ற சொல்லுக்கு மிக விரிவான விளக்கத்தை அளிக்கிறது. இறைவழிபாட்டின் போது விரல்களைக் குறிப்பிட்ட வகையில் வைத்துக் கொள்ளும் முறை என்பது அந்தப் பொருள். முத்ரா என்பது ஒரு காரணத்தின் அடிப்படையில் உருவாக்கப்பட்ட பெயர்.

முத் என்ற வினைச் சொல்லுக்கு ஆனந்தம் அளிப்பது, மகிழ்ச்சி தருவது என்று பொருள். த்ரா என்றால் விரைவாக வெளியேறுவது என்று அர்த்தம். முத்திரைகளைச் சரியாகச் செய்யும் போது தேவதைகள் மகிழ்ச்சி அடைகின்றன, செய்பவர்களின் நோய்களும், கவலைகளும், பாவங்களும் விரைவாக வெளியேறுகின்றன என்பது இதன் திரண்ட பொருள்.

முத்திரைகளைச் சரியாக அனுஷ்டித்தால் அறம் பொருள் இன்பம் வீடு ஆகிய நால்வகைச் செல்வங்களும் தவறாமல் கிடைக்கும். தந்திர சாஸ்திரங்களில் கற்பிக்கப்பட்ட முத்திரைகளைக் காட்டுவதால் மந்திரங்களின் அதிதேவதைகள் மகிழ்ச்சி அடைவார்கள். அர்ச்சனை, தியானம் முதலியவற்றைச் செய்யும் போதும், ஸ்நானம், ஆவாகனம், சங்கப்பிரதிஷ்டை, ரட்சணம், நைவேத்தியம் முதலிய சடங்குகளின் போதும் குறிப்பிட்ட முத்திரைகளைத் தவறாமல் கடைப்பிடிக்க வேண்டும். இப்படிச் செய்தால் எல்லாத் தேவர்களும், மகிழ்ச்சி அடைவார்கள், நமது பாவங்களைப் போக்குவார்கள் என்று சாஸ்திரங்களில் கூறப்பட்டுள்ளன.

இந்த விரல் முத்திரைகள் உடல் நலத்திற்கும், மன நலத்திற்கும் பெரிதும் பலன் அளிப்பதை நமது முன்னோர் அறிந்துள்ளனர். இதன் காரணமாகவே இவைகள் யோகா மற்றும் தியானக் கலைகளில் பயன்படுத்தப்படுகின்றன.

நம் நாட்டில் இருக்கின்ற அருங்கலைகள் குறித்த அருமை பெருமைகள் நமக்குத் தெரிவதில்லை. ஆனால் வெளிநாட்டினர் முத்திரைகளின் அபாரமான ஆற்றலை உணர்ந்திருக்கிறார்கள். அதனால் முத்திரைப் பயிற்சியை மேற்கொள்ளவும் மேலும் அவை குறித்து ஆராய்ச்சிகள் செய்யவும் இந்தியாவுக்கு வந்து கொண்டிருக்கிறார்கள். இதனால் தங்கள் யோகப்பயிற்சி வகுப்புக்களில் இந்திய யோக ஆசான்கள் முத்திரை யோகத்திற்கு அதிக அளவு முக்கியத்துவம் கொடுத்து வெளிநாட்டினருக்குப் பயிற்சி அளிக்கிறார்கள்.

முத்திரைகளைப் பயன்படுத்தி யோகா, தியானம் ஆகியவற்றைச் செய்யும் போது நாம் அதிகப் பலன்களை

எளிதாகப் பெறமுடியும். பலமடங்கு பயன் அளிக்கும் எளிய முத்திரைகளைப் பற்றி ஏராளமான நூல்கள் எழுதப்பட்டுள்ளன. ஆராய்ச்சிகளும் தொடர்ந்து நடைபெறுகின்றன. முத்திரைகளைப் பயன்படுத்தி வருபவர்கள் உடல் ஆரோக்கியமும், நோய் நீக்கமும் பெறுவதை நாம் இன்றும் பார்க்கலாம்.

நமது உடலில் மறைந்திருக்கும் அதியற்புதமான சக்திகளை வெளிக்கொண்டு வருவதே முத்திரைகள். நரம்புகளுடன் சம்பந்தப்பட்ட உடல் உறுப்புக்களை இந்த முத்திரைகள் மூலம் கட்டுப்படுத்த முடியும். பிரபஞ்சம் பஞ்ச பூதங்களினால் ஆகியது, நமது உடலும் பஞ்ச பூதங்களினால் தான் உருவாகியுள்ளது. நம் கைவிரல்கள் ஒவ்வொன்றும் ஒவ்வொரு பூதத்தைக் குறிப்பாகக் கொண்டு அமைந்திருக்கிறது.

முத்திரைகளைச் செய்யும் போது அதற்கு உரிய ஐம்பூதத் தத்துவம் சமநிலை அடைகிறது.

இந்தக் காரணத்தினால் தான் முத்திரைகள் உடல் நோய்களைத் தீர்க்கின்றன, மனத்தை உயர்ந்த தளத்திற்குக் கொண்டு செல்கின்றன. முத்திரைகளைப் பயிற்சி செய்பவருக்கு மன அமைதியும், மன நிறைவும் ஏற்படுகிறது.

அந்தக் காலத்தில் காடுகளிலும், குகைகளிலும் நமது முன்னோர்களும், முனிவர்களும், மகான்களும், ரிஷிகளும் கடுமையான தவத்தில் ஈடுபட்டு மெய்ஞான உண்மைகளைக் கண்டறிய முயன்றனர்.

அப்போது அவர்களுக்கு பசி, தாகம் எடுக்காமல் இருக்க சில மந்திரங்களை குருமார்கள் உபதேசித்தனர். தாடகையைக் கொல்ல காட்டுக்கு ராம லட்சுமணர்களை அழைத்து வந்த விசுவாமித்திர மகரிஷி, இளவரசர்களுக்கு பசி தாகம் வெல்லும் பொருட்டு பலா, அதிபலா என்ற மந்திரங்களை உபதேசம் செய்ததாகக் கம்பர் தெரிவிக்கிறார்.

அதுபோலவே தவத்தில் ஈடுபடும் முனிவர்களும், ரிஷிகளும் தங்கள் உடலை விஷப்பூச்சிகள், கடுமையான குளிர், விஷக்காய்ச்சல் ஆகியவை தாக்காமல் இருப்பதற்காக குறிப்பிட்ட முத்திரைகளைப் போட்டுக்கொண்டனர். இதன் காரணமாக உடலைச் சுற்றி ஒரு பாதுகாப்பு வளையம்

ஏற்பட்டது. அவர்கள் உடலை நோய்கள் தாக்கவில்லை. பசியோ தாகமோ ஏற்படவில்லை.

அவர்களைச் சுற்றி நேர்மறையான அதிர்வுகள் செறிவடைந்தன. இதன் காரணமாக காட்டு விலங்குகள் சாந்தகுணத்தை அடைந்து அவர்களுக்குத் தொல்லை தராமல் விலகிச் சென்றன. பசி தாகத்தைக் கட்டுப்படுத்தவும், உடல் அழுக்குகளை, கழிவுகளை வெளியேற்றவும் அவர்கள் முத்திரைகளைப் பயன்படுத்தியதாகத் தெரிகிறது. தாம் மேற்கொண்ட தவத்தில் முழு மூச்சோடு ஈடுபட்டு அவர்கள் செயற்கரிய சாதனைகளைச் செய்வதற்கு முத்திரைகள் துணை புரிந்தன.

இந்த வகையில் முத்திரைகள் உடல் கட்டுப்பாட்டிற்கும், உணர்ச்சிகளின் கட்டுப்பாட்டிற்கும் ஒரே நேரத்தில் உதவுவதை நமது முனிவர்கள் அனுபத்தின் மூலமாகக் கண்டறிந்தனர். ஆகவே முத்திரைகளைப் பற்றி விரிவாக பல சாஸ்திரங்களை எழுதி வைத்தனர். கோயில்களில் சிறப்பு பூசைகளின் போது முத்திரைகளைப் போட்டு சிவனை, சக்தியை வழிபடுவதை இன்றும் பார்க்கலாம்.

சின் முத்திரை என்பது ஜீவபிரம்ம ஐக்கியத்தைக் காட்டுவதற்காகச் செய்யப்படுகிறது. பூஜையின் முடிவில் தூப தீப ஆராதனைகளையும் முத்திரை வழியாகச் செலுத்தும் போது ஆன்மாவை அமுதமாக எண்ணி ஆத்ம நிவேதனம் செய்யும் போது காமதேனு முத்திரை காட்டப்படுகிறது. மானசீக பூசையில் கூட முத்திரைகள் பெரும்பங்கு வகிக்கின்றன.

முத்திரைகள் நமது முன்னோர்களின் ஒப்பற்ற ஞான ஊற்றில் இருந்து பெருகி வந்த அமுத அருவி என்பதை நாம் அறிந்து கொள்ள வேண்டும். இந்த முத்திரைகளுக்கு அளவிட முடியாத ஆற்றல் இருக்கிறது. அவைகளுக்கு நல்லவற்றைக் கவர்ந்து இழுக்கும் திறனும், தீய சக்திகளை விரட்டும் சக்தியும் உண்டு. உடலுக்கும் உள்ளத்திற்கும் ஆரோக்கியத்தை அளிக்கும் அமுதசுரபியாக அவைகள் செயல்படுவதை நாம் அனுபவத்தில் உணர்ந்து கொள்ளலாம்.

2. மகான்களின் கைகளில்

முத்திரையின் மேன்மையை அறிந்த காரணத்தினால் தான் பெரிய ஞானிகளும் மகான்களும் இவற்றை உபதேசித்தனர். புத்தர், மகாவீரர், சங்கரர், ஏசுகிறிஸ்து ஆகியோர் முத்திரைகளை மக்களுக்கு உபதேசித்ததோடு, ஒவ்வொருவரும் ஒரு முத்திரையைப் பிடித்தபடியே இருப்பதை நாம் அவர்களது சிலையில் இன்றும்கூட காண முடிகிறது. குண்டலினி சக்தியைத் தூண்டிவிட்டு, பிரபஞ்சம் என்ற மகாசக்தியுடன் தொடர்பு கொள்ளும் யோகம் மற்றும் தியான முறைகளில் முத்திரைகள் இணைக்கப்பட்டுள்ளன. முத்திரைகளுடன் இணைந்து செய்யப்படும் தியானம், யோகம் ஆகியவை மிகப் பிரம்மாண்டமான பலன்களை அளிக்கின்றன என்பதை நமது முன்னோர்கள் அறிந்து, எழுதி வைத்துள்ளனர்.

இதற்கான ஆதாரங்களை இன்றும் கூட நாம் நம்மைச் சுற்றிப் பார்க்க முடிகிறது. நமது கோயில் சிற்பங்களைக் கவனித்துப் பார்த்தால் ஒவ்வொரு சிற்பமும் ஒவ்வொரு முத்திரையுடன் இருப்பதைக் கண்டு ரசிக்கலாம். கடவுள் சிலை ஒவ்வொன்றும் ஒரு முத்திரையுடன் இருக்கிறது. மேலும் துவார பாலகர்கள், பூத கணங்கள், பரிவார தேவதைகள், மோகினிகள், தேவதைகள், காவல் தெய்வங்கள், நடன மாதர்கள் ஆகியோரது சிற்பங்களின் கைகளைக் கவனித்துப் பார்த்தால் எத்தனை எத்தனை முத்திரைகள் இருக்கின்றன என்பதை அறிந்து ஆச்சரியப்படுவீர்கள்.

அடுத்த முறை நீங்கள் பழைய கோயில்களுக்குச் செல்லும் போது சற்று நேரம் நின்று, நிதானமாக சிலைகளின் கைகளைக் கவனியுங்கள், அப்போது தான் நான் சொல்வதை முழுவதுமாக நீங்கள் புரிந்துகொள்ள முடியும்.

வாயினால் பேச முடியாதவர்கள், தகவல் தெரிவிக்கும் மொழி அறிவு இல்லாதவர்கள் தங்களது கண்கள், கைகள், கால்கள் இவற்றை உபயோகித்து தாங்கள் சொல்ல நினைக்கும் கருத்தை வெளிப்படுத்துகின்றனர். வார்த்தைகள் மூலமாகச் சொல்லும்போது கூட வெளிவரும் தகவல்களைத் தவறாகப் புரிந்து கொள்ள வாய்ப்பு உண்டு. ஆனால் முத்திரையின் மூலம் தெரிவிக்கப்படும் தகவல்களை மாற்றிப் புரிந்து கொள்ள வாய்ப்பே இல்லை என்பது சிலருடைய கருத்து.

இதற்கு உதாரணமாக புத்தரின் வாழ்க்கையில் நடந்த ஒரு சம்பவத்தைக் குறிப்பிடலாம். அவர் உபதேசம் செய்தார். அந்த வாய்மொழி உபதேசத்தை நான்கு சீடர்கள் நான்கு விதமாகப் புரிந்து கொண்டனர். அதனால் ஹீனயானம், மகாயானம், யோகசாரம், மாத்யமிகம் ஆகிய பிரிவுகள் ஏற்பட்டன.

இவ்வாறே பிரம்ம சூத்திரத்திற்கு படிப்பவரின் சிந்தனை மாற்றத்திற்கு ஏற்ப பலவகையான பாஷ்யங்கள் என்னும் விளக்க உரைகள் எழுதப்பட்டுள்ளன. ஆனால் முத்திரைகள் பார்த்ததை மாற்றிச் சொல்லாது. படித்ததை வேறு ஒன்றாக

எண்ணி இடர்ப்படாது, இது தான் முத்திரையின் சிறப்பு.

முத்திரை மூலம் ஒரு தாமரைப்பூ காட்டப்பட்டால் அதை யாரும் பூசனிக்காய் என்று புரிந்து கொள்வதில்லை அல்லவா? உண்மையை விளக்கும் முழுத்தகுதி முத்திரைக்கு உண்டு என்பதை இதன் மூலமாக நாம் புரிந்து கொள்ளலாம்.

முத்திரைகளைப் பயன்படுத்துவதன் மூலமாக அமானுஷ்யமான சக்திகளைப் பெறுவதோடு ஒருவர், வெற்றிக்கு ஏற்படும் தடைகளையும் மிக எளிதாகக் கடந்து விட முடியும். மேலும் ஆசைப்படும் விஷயங்களை குருவியின் கால்களில் நூலைக் கட்டி இழுப்பதைப்போல எளிதாக உங்களை நோக்கி இழுக்கவும் முடியும்.

பலவகையான குங்பூ கலைகளில் ஏராளமான நிலைகளில் இந்த முத்திரைகள் உபயோகப்படுத்தப்படுகின்றன. இதன் மூலமாக உடலில் உள்ள அபரிமிதமான ஆற்றலை நினைத்த இடத்திற்குக் கொண்டு செல்ல முடிகிறது.

3. முத்திரைகளும் சாஸ்திரங்களும்

ஆதிகாலத்தில் ஆன்மிகத்தில் உச்சநிலை அடைவதற்கும், நோய்களைத் தீர்ப்பதற்கும், ஆவிகளுடன் தொடர்பு கொள்ளவும், பிரபஞ்ச சக்திகளுடன் தங்களை இணைத்துக் கொண்டு எதிர்காலத்தை அறிவதற்கும் முத்திரைகள் பயன்படுத்தப்பட்டன.

நமது உடலில் அங்குபக்ஞர் புள்ளிகளில் சக்தி அலைகள் பாய்கின்றன. இவற்றைக் கட்டுப்படுத்துவதற்கும், நமது நாடிகளிலும், யோக சக்கரங்களிலும் பாயும் சக்தியை மேம்படுத்தவும், வேண்டிய இடங்களில் பாய்ச்சி நோய்களை நீக்கவும் முத்திரைகள் பெரிதும் உதவுகின்றன.

முத்திரைகள் அதியற்புதமான மாறுதல்களை நமது உடலிலும், மனத்திலும் ஏற்படுத்துகின்றன. நமக்கு மன அமைதி,

மகிழ்ச்சி ஆகியவற்றை ஏற்படுத்தத் தேவையான ஆற்றலை, முத்திரைகள் உற்பத்தி செய்யும் சக்தி படைத்தவை. இதன் காரணமாக அவைகள் அதியற்புதமான நிவாரணியாகச் செயல்படுகின்றன. உடல்குறைகளையும், மனக்குறைகளையும் மிகச் சுலபமாகவும், சீக்கிரமாகவும் நீக்குகின்றன.

முத்திரைகளைச் சரியாகப் பயிற்சி செய்து சரியாகக் கடைப்பிடிப்பதன் மூலமாக சாதாரண காதுவலியில் இருந்து, மோசமான மாரடைப்பு வரையில் நிவாரணம் பெற முடியும் என்று இந்தத் துறை வல்லுநர்கள் தெரிவிக்கிறார்கள்.

ஆன்மீகக் குருக்கள் இந்த முத்திரைகளின் மூலமாக பிரபஞ்ச சக்தியோடு தொடர்பு கொண்டனர். அந்த இறையாற்றலின் மூலமாக மக்களின் உடல் நோய்களையும், மனநோய்களையும் குணப்படுத்தினர். இவற்றை மக்கள் அற்புதங்களைச் செய்வதாக நம்பினர்.

புத்த முத்திரை

சீன மற்றும் இந்திய கலாச்சாரங்களில் கைகளை உயரே தூக்கி ஆசீர்வாதம் செய்வது, இரண்டு கைகளையும் கூப்புவது போன்றவை கூட முத்திரைகளின் அடையாளங்களே.

புத்த மதத்தில் ஞானத்திற்கும் வழிபாட்டிற்கும் முத்திரைகள் பெருமளவில் இன்றும் பயன்படுத்தப்பட்டு வருகின்றன. பௌத்தர்கள் புத்தரை மட்டுமே ஒரே புத்தராகக் கருதவில்லை. பாலிச் சூத்திரங்களில் சாக்கிய முனி புத்தருக்கு முன் அவதாரம் செய்த 28 புத்தர்களைக் குறித்த விவரங்கள் தரப்பட்டுள்ளன.

ஒவ்வொரு புத்தருக்கும் ஒரு குறிப்பிடத்தக்க முத்திரையும்

ஆசனமும் இருக்கின்றன. வஜ்ர முத்திரையை தென்கிழக்கு ஆசிய நாடுகளில் பெரும்பான்மையாகக் காண முடிகிறது. வரத முத்திரையும், அபய முத்திரையும் பொதுவாக அனைத்துப் புத்தர்களாலும் காட்டப்படுகிறது. சில நேரங்களில் புத்தர்களை அவர்களுடைய முத்திரையை வைத்தே இனம் காண முடியும்.

திபெத், சைனா, ஜப்பான், இந்தோனேஷியா ஆகிய நாடுகளில் வாழும் மக்கள் கடைப்பிடிக்கும் இந்துமதம், புத்தமதம் ஆகியவற்றின் சிலைகளில் முத்திரைகள் முக்கியமான பங்கு வகிக்கின்றன.

முத்திரைகளின் விளக்கத்தையும், அவைகளால் அடையும் பலன்களையும் மனத்தில் வைத்தே, தந்திர சாஸ்திரம், நாட்டிய சாஸ்திரம், உபாசனா சாஸ்திரம் மற்றும் சிற்பம், கலை ஆகியவற்றில் முத்திரைகளுக்கு முக்கியத்துவம் அளிக்கப்பட்டு வருகின்றன.

பூஜை முறைகளில் பலவகையான முத்திரைகள் பயன்படுத்தப்படுகின்றன. நாட்டிய சாஸ்திரங்களில் வரும் அபிநயங்களில் முத்திரைகளுக்குத் தனி பங்கு உண்டு. இரண்டு கரங்களையும் சேர்ப்பதை நமஸ்கார முத்திரை என்கிறோம். மொழி வருவதற்கு முன்னால் கை கால் உடம்பு கண் ஆகிய உறுப்புக்களின் அசைவுகளும், முகபாவங்களுமே ஒருவருடைய எண்ணத்தை மற்றவருக்குத் தெரிவிக்கப் பயன்படுத்தப்பட்டது. இவையும் ஒருவிதமான முத்திரைகளே என்பது அறிஞர்களின் கருத்து.

இந்து மதத்தைப்போலவே புத்தமதத்திலும் மிக முக்கியமான இடத்தை முத்திரைகள் பெற்றுள்ளன. புத்த பெருமானின் திருவுருவச் சிலைகள் இந்தியாவிலும், இந்தோனாஷியா, தாய்லாந்து, சீனா, ஜப்பான் ஆகிய நாடுகளிலும் ஏராளமாக இருக்கின்றன. இந்தச் சிலைகளில் ஒவ்வொரு விதமான முத்திரையைப் புத்தர் காண்பிப்பதாகச் செய்திருக்கிறார்கள்.

முதலாவது மற்றும் இரண்டாவது நூற்றாண்டை சேர்ந்ததாகக் கருதப்படும் அஜந்தா மற்றும் எல்லோரா குகைகளில் உள்ள சிற்பங்களும், ஓவியங்களும் எண்ணிக்கையில்லாத

முத்திரைகளோடு காணப்படுகின்றன.

அஜந்தாவின் குகைகளில் பிரம்மாண்டமான பகவான் புத்தரின் சிலைகள் காணப்படுகின்றன. இவை ஒவ்வொன்றும் கைகளில் ஒரு வசீகரமான அற்புதமான கவர்ச்சிகரமான முத்திரைகளுடன் காணப்படுகிறது. புத்தரின் முகமும், அவரது கைகளின் தனித்தன்மை வாய்ந்த முத்திரைகளும் காண்பவரைப் பரவசத்தில் ஆழ்த்துகின்றன.

அவரது முத்திரைகளில் ஞான முத்திரை, உபதேச முத்திரை, வரத முத்திரை, பூமி பார்ஷ முத்திரை என்று பலவகையான முத்திரைகள் இருப்பதை நேரில் பார்த்து ஆனந்தப்பட்டவர்களில் நானும் ஒருவன். அங்குள்ள குகை ஒன்றில் சின்முத்திரை போட்டு ஐந்து நிமிடம் தியானம் செய்யும் பேறு எனக்குக் கிடைத்தது. அதன் பிறகு உடலில் இருந்த பயணக் களைப்பு மறைந்தது, உள்ளம் துள்ளியது முயல்குட்டியைப்போல.

ஆன்மீக வளர்ச்சிக்கு உதவும் முத்திரைகள் பல உள்ளன. உடலும் உள்ளமும் பக்குவப்பட்ட நிலையில் இருப்பவர்களும் தாங்கள் செய்யும் தியானத்தின் போதும், யோகத்தின் போதும் முத்திரைகளைப் பயன்படுத்தினால் துரிதமான பலன்களை அடையலாம்.

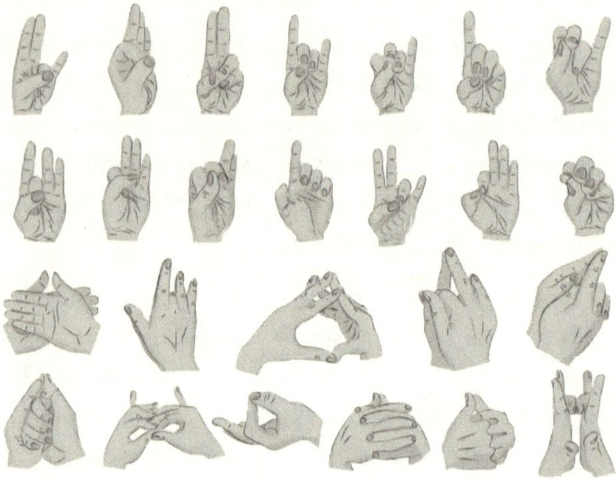

4. உலக மதங்களும் முத்திரைகளும்

முத்திரைப் பயிற்சிகள் உலகம் முழுவதும் உள்ள மக்களினால் கடைப்பிடிக்கப்பட்டு வருகின்றன. இந்து மதத்தில் முத்திரைக்கு மிகவும் முக்கியத்துவம் அளிக்கப்பட்டுள்ளதைப் போலவே புத்தமதம், இசுலாம், கிறித்துவம், சமண மதம் ஆகிய மதங்களிலும் முத்திரைகள் உபயோகப்படுத்தப்படுகின்றன.

உலகத்தின் மிகத் தொன்மையான நாகரிகங்கள் அனைத்திலும் முத்திரைகள் வழக்கத்தில் இருந்திருக்கின்றன. ஆனால் காலப்போக்கில் இந்திய நாகரிகம் தவிர பிற நாகரிகங்களில் இந்தக் கலை மெதுவாக அழிந்து போய்விட்டது. இந்திய நாகரிகத்தில் மட்டுமே இது இன்றும் அழியாமல் வாழ்ந்து கொண்டிருக்கிறது.

ஆனாலும் உலகத்தில் உள்ள எல்லா

நாட்டு மக்களும் ஏதாவது ஒரு சில முத்திரைகளை அவைகள் முத்திரைகள் என்பதை அறியாமலேயே பயன்படுத்திக் கொண்டு வருகின்றனர். உலக மதங்களின் வழிபாடுகளின் போது ஒரு சில முத்திரைகளாவது நிச்சயமாக இடம் பெறுவதைப் பார்க்கலாம். புத்தமதம் பரவி இருக்கும் கிழக்கு ஆசிய நாடுகளில் உள்ள மக்கள் தங்களது வழிபாட்டில் பலவிதமான முத்திரைகளைச் செய்கின்றனர்.

எகிப்தியர்களும் முத்திரைகளைப் பயன்படுத்தி உள்ளனர். பிரபஞ்ச சக்திகளுடன் தொடர்பு கொள்ளவும், அமானுஷ்ய சக்திகளைப் பெறுவதற்கும் அவர்கள் நூற்றுக்கணக்கான முத்திரைகளை வழக்கத்தில் வைத்திருந்தனர்.

ஏசு கிறிஸ்து தனது இரண்டு கைகளையும் தூக்கி ஆசிர்வாதம் செய்வது கூட ஒரு முத்திரைதான். இசுலாமியர்கள் தொழுகை செய்யும் போது கைகளை விரித்து தொழுவது, கைகளால் முகத்தை வருடுவது, நெற்றி தரையில் படும்படியாக முட்டிபோட்டு வணங்குவது, கழுத்தை இரண்டு பக்கமும் திருப்புவது ஆகியவை யோகாசனங்களும், முத்திரைகளும் இணைந்திருப்பதைத் தெரிவிக்கின்றன.

பண்டைய எகிப்திலும் முத்திரைகள் பெருமளவில் வழக்கத்தில் இருந்தன. எகிப்திய மன்னர்களும், ராணிகளும் பலவிதமான முத்திரைகளைக் காண்பித்தபடியே இருப்பதை நாம் இன்றும் சிற்பங்களிலும், ஓவியங்களிலும் பார்க்க முடிகிறது. எகிப்திய பிரமிடுகளுக்குள் பல ஆயிரக்கணக்கான வருடங்களாகத் தூங்கிக் கொண்டிருக்கும் மம்மிகள் கூட ஒரு சில முத்திரைகளோடு தங்கள் தூக்கத்தைத் தொடர்கின்றன.

எஸ் நெக் அதாவது பால் குடிக்கும் முத்திரை ஒரு பெண் தன் குழந்தைக்குப் பால் கொடுப்பதைப்போல அதைத் தன் மடியில் வைத்துக் கொண்டு அமர்ந்திருக்கிறாள். இந்த முத்திரை அன்பையும் அரவணைப்பையும் காட்டுவதற்காக எகிப்தியர்களினால் பயன்படுத்தப்பட்டது.

எஸ் பெஹ் இது முணுமுணுப்பு முத்திரை எனப்பட்டது. ஒரு மனிதன் மிகுந்த துன்பத்தில் இருப்பதையும், வேலையில் இருந்து விலகும் போது ஏற்படும் சோகம் மற்றும் சலிப்பை காட்டுவதையும் இந்த முத்திரை விளக்குகிறது. மண்டியிட்டு உட்கார்ந்த மனிதன் தனது வலது காலை நீட்டி அதன் மீது வைத்துக் கொண்டும், மடித்திருக்கும் இடது காலுக்கு அருகே இடது கையை கீழே தொங்கவிட்டபடியும் இருக்கும் நிலை இது.

நீண்ட ஈட்டி முத்திரை பேய்களை எதிர்த்து ஆடும் வேட்டையை இது குறிக்கிறது. ஹோரஸ் என்ற தேவதை நீர்யானைகளை எதிர்த்தும், முதலைகளை எதிர்த்தும் ஆடும் வேட்டையைக் குறிப்பதாக இது அமைகிறது. பெரிய ஈட்டி ஒன்றின் அடிப்பாகத்தை வலது கையினால் பற்றி தலைக்கு மேலே தூக்கியபடியே இடது கையினால் ஈட்டிமுனையின் அருகே பற்றிக் கொண்டு எதிரே வரும் மிருகத்தை வேட்டையாடத் தயாராக இருக்கின்ற நிலையைக் காட்டுகிறது.

இது நமது உடலில் உள்ள யோகச் சக்கரங்களில் கீழே உள்ள சக்கரங்களின் தடைகளை நீக்கிக்கொண்டு மேலே உள்ள சக்கரங்களுக்கு ஆற்றலைக் கொண்டு போவதைக் குறிக்கிறது.

டா என்பது கொடுக்கும் முத்திரை. உள்ளங்கை ஆகாயத்தைப் பார்க்கும்படியாக வைத்துக்கொண்டு அந்தக் கையை உடலுக்கு முன்னே நீட்டுவது இந்த முத்திரை. வள்ளல் குணத்தைக் குறிப்பதாக இந்த முத்திரை அமைந்திருக்கிறது. நாம் ஒரு பொருளை எடுத்து நம் உள்ளங்கையில் வைத்துக் கொண்டு மற்றவருக்குக் கொடுப்பதைப் போன்ற முத்திரை இது.

இது போல எகிப்தியர்கள் பேசுவதற்கும், சாப்பிடுவதற்கும், காதல் செய்வதை உணர்த்துவதற்கும் கூட முத்திரைகளைப் பயன்படுத்தி இருக்கின்றனர். இவைகளைப் பற்றி ஒரு தனி நூலே எழுதும் அளவிற்கு இத்தகைய முத்திரைகள் நூற்றுக்கணக்காக இருக்கின்றன.

பாபிலோனியாவின் சூரியக் கடவுள் பூமிக்கு இறங்கி வரும் போது குறிப்பிட்ட ஒரு முத்திரையுடன் வருகிறார்.

ரோமானியர்களின் ஓவியங்களில் முத்திரைகள் பிரதான இடத்தைப் பெற்றிருக்கின்றன.

இந்திய ஞானக் கலைகளில் முத்திரை மிக உயர்ந்த முக்கியமான இடத்தைப் பிடித்திருக்கிறது. பண்டைக்கால ரிஷிகளும், முனிவர்களும் முத்திரையின் தனித்தன்மையோடு செயல்பட்டு அபாரமான ஞானத்தை அடைந்திருப்பதை உலகுக்கு அறிவித்து இருக்கின்றனர்.

மூன்று வகை முத்திரைகள்

மூன்று வகை முத்திரைகள் இருப்பதை நமது பழைய சாஸ்திர நூல்கள் தெரிவிக்கின்றன.

1 யோகக் கலையில் பயன்படுத்தப்படும் முத்திரைகள்: இவைகள் மனித உடலின் வெளியேயும், உள்ளேயும் காணப்படும் சீர்கேடுகளைச் சரி செய்ய உதவுகின்றன. யோக முத்ராசனா போன்ற புற முத்திரைகள் உடம்புக்கு ஏற்பட்ட நோய்களைத் தீர்க்கின்றன, அக முத்திரைகள் மனத்தின் ஆற்றலை அதிகப்படுத்தவும், தியானத்தின் மேல்தளங்களை அடைவதற்கும் உதவுகின்றன.

2 இரண்டாவது வகை: சாமுத்திரிக முத்திரைகள் எனப்படும். நெற்றியில் உள்ள சுருக்கங்கள், முகத்தின் அமைப்பு, நமது உடலின் சரியான அளவுகள், உள்ளங்கையில் உள்ள ரேகைகள் ஆகியவை முத்திரைகள் எனப்படும். இந்த முத்திரைகளின் மூலமாக ஒரு மனிதனின் குணம், தன்மை, எதிர்காலம் ஆகியவை அறியப்படும். இது சாமுத்திரிகா லட்சணம் எனப்படுகிறது.

3 மூன்றாவது வகையான முத்திரைகள் விரல்களினால் செய்யப்பட்டு உடலின் சக்தி ஓட்டங்களை மடைமாற்றம் செய்யவும், அதிக சக்திகளைப் பெறவும், உடலின் சக்தி ஓட்டத்தைத் தூண்டவும், உபயோகப்படுத்தப்படுகின்றன. இவைகள் அபரிமிதமான அமானுஷ்யமான ஆற்றலைக் கொடுக்கின்றன. கண்ணுக்குத் தெரியாத சக்திகளை மனிதருக்குள் ஏற்படுத்துகின்றன.

முத்திரைகள் மிக எளிமையானவை. எல்லோராலும்

செய்யக்கூடியவை. மனதையும் உடலையும் இணைக்கவல்லவை. உடலின் ஆரோக்கியத்தை அதிகரிப்பவை. செலவில்லாதவை. ஏழை பணக்காரன், படித்தவன், படிக்காதவன் என்ற பேதமே இல்லாமல் மூச்சுவிடக்கூடிய அத்தனை மனிதர்களும் முத்திரைகளைச் செய்து பழகலாம். பெரும் பயன் பெறலாம். முத்திரைப் பயிற்சியினால் அடையும் பயன்களில் சில:

உடல் ஆரோக்கியம் பெறலாம்

புத்தி கூர்மை அடையலாம்

உடலின் மின் காந்தசக்தியை அதிகரித்துக்கொள்ளலாம்

அதீத ஆற்றல்களைப் பெறலாம்

மனித உடலைப் புதுப்பித்துக்கொண்டு இளமையோடு இருக்கலாம்.

வறுமையை விரட்டி வளமையான வாழ்க்கை பெறலாம்

நமது வெற்றிக்குத் தடை செய்பவர்களை உதவி செய்யுமாறு மாற்றலாம்

எப்போதும் நமக்குத் தகுந்த சூழலை அமைத்துக் கொள்ளலாம்

5. முத்திரை விஞ்ஞானம்

இந்த உலகத்தில் மிக உயர்ந்த பதவியை அடைவதற்கும், சகல வசதியோடு கூடிய செல்வத்தைப் பெற்று வாழ்வதற்கும் விரும்பாதவர்கள் யார்?

எடுத்த காரியத்தில் எல்லாம் வெற்றி பெறுவதற்கும், தங்கு தடையில்லாமல் வாழ்க்கையில் முன்னேறிச் செல்வதற்கும், ஆசைப்படாதவர்கள் யார்?

அதியற்புதமான ஆற்றல்களைப் பெற்று, உலக சாதனை படைத்து மக்கள் மனத்தில் என்றும் நீங்காத இடத்தைப் பிடித்து, புகழ் அடைவதற்கு விருப்பம் இல்லாதவர்கள் யார்?

நிச்சயமாக யாரும் இருக்க முடியாது.

அப்படியானால் அவர்கள் தங்கள் குறிக்கோளை அடைவதற்கு என்ன செய்ய வேண்டும்?

ஒழுக்கமாகவும், நேர்மையாகவும் வாழ்ந்து, தங்கள் எண்ணங்களைச் சீராக்கிக் கொண்டு, குறிக்கோளை நோக்கி நடைபோட வேண்டும். அப்படி வாழ்பவர்களுக்காக அவர்களது ஆசையும், கனவும் காத்திருக்கின்றன.

எந்த ஒரு சக்தியாலும் குறிக்கோளில் பற்று கொண்டவர்களைத் தடுக்க முடியாது, வில்லில் இருந்து புறப்பட்ட அம்பு தன் இலக்கை நோக்கிச் செல்வதை யாராலும் தடுக்க முடியாது. அது போலவே எந்த ஒரு சக்தியாலும் அவர்கள் வெற்றி பெறுவதை நிறுத்த முடியாது.

தங்கள் குறிக்கோளில் எல்லையில்லாத வெற்றி அடைய விரும்புவர்கள், தியானம், யோகா மற்றும் முத்திரைகளைச் சரியாகக் கற்றுக் கொண்டு அவற்றைத் தினமும் கடைப்பிடிக்க வேண்டும்.

சாதாரண மனிதர்களினால் நினைத்துப் பார்க்கவும் முடியாத அரிய செயல்களை யோகத்தின் துணையோடு தியானத்தில் ஈடுபட்டு, முத்திரைகளைப் பயிற்சி செய்தவர்கள் உலக வரலாற்றில் தங்கள் பெயர்களைப் பொன்னேடுகளில் பொறித்து வைத்திருக்கிறார்கள்.

இதற்கு உதாரணமாக அதிகம் படிப்பறிவு இல்லாத ராமகிருஷ்ண பரமஹம்சரையும், அவரது உண்மையான சீடரான வீரத்துறவி விவேகானந்தரையும் உதாரணமாகச் சொல்லலாம்.. இந்தியத் துறவிகளில் மிக முக்கியமானவர்களான இவர்கள் அடைந்த அபரிமிதமான ஞானம், பக்தியிலும், ஞானத்திலும் வெள்ளமாகப் பரவி, லட்சணக்கணக்கான சீடர்களை இழுத்து வந்தது. இன்றைய மிகப்பெரிய சேவை மையமாக இராமகிருஷ்ண மடம் திகழ்கிறது. இப்படிப்பட்ட சாதனைகளை வெறும் பணத்தினால் மாத்திரம் செய்துவிடமுடியாது. அதற்கு எல்லையில்லாத இறை ஆற்றலும், பிரபஞ்ச சக்திகளும், உதவி செய்ய வேண்டும்.

இப்படிப்பட்ட உயர்ந்த உதவிகளை ஒருவர் யோகா மற்றும் தியானம், முத்திரைகள் ஆகியவற்றின் மூலமாகப் பெறமுடியும் என்பதை அவர்கள் நிரூபித்து இருக்கின்றனர். நமது இந்திய ஞானிகளும், ரிஷிகளும் இந்த அபாரமான வித்தையை

முத்திரை விஞ்ஞானம் என்ற பெயரிட்டு அழைத்தனர். வட இந்தியாவில் சில பகுதிகளில் முத்திரைப் பயிற்சியை விரல் தியானம் என்று அழைக்கின்றனர். அபார ஆற்றலும், ரகசியங்கள், மர்மங்கள், அற்புதங்கள் நிறைந்த இவற்றைப் பற்றித் தெரிந்து கொள்வோம்.

முத்திரை விஞ்ஞானம் என்பது	–	விரல்களின் நிலைகள்
பிரம்ம வித்தை	–	தெய்வீக ஞானம், ஆன்மீகம்
காயகல்ப வித்தை	–	என்றும் இளமையோடு இருக்கும் சூட்சுமம்
சூரிய வித்தை	–	சூரியனது ஆற்றல் பற்றி அறிவியல்
சூட்சும சரீர துவார விசாரணை	–	ஆவி உடல் பயணங்கள் குறித்தது
புனர்ஜென்ம விஞ்ஞானம்	–	மறுபிறவி பற்றிய அறிவு
குண்டலினி	–	சுருண்டு கிடக்கும் சக்தியை மூலாதாரத்தில் இருந்து எழுப்புவது
தீர்க்க வித்தை	–	மரணமில்லாத பெருவாழ்வு
ஸ்வர வித்தை	–	சுவாச விஞ்ஞானம் அல்லது பிராணாயாமம்
இரசாயன வித்தை	–	இரும்பைத் தங்கமாக்கும் ரசவாதம் பற்றியது
மந்திர வித்தை	–	மந்திரங்களின் மூலமாக அபார ஆற்றல் பெறுவது
தகர வித்தை	–	ஆன்மாவை அறிதல்

இவைகள் மிக முக்கியமான ஆற்றல் மிகுந்த மர்மங்கள் நிறைந்த அறிவியல் உண்மைகள். இவற்றில் யோக தத்துவ முத்திரை என்பது தனித்தன்மை வாய்ந்தது. முத்திரைப் பயிற்சிகள் ஒரு கலை மட்டும் அல்ல. அவைகள் எந்தக் காலத்திலும் உடலையும் மனத்தையும் ஆரோக்கியமாக

வைத்திருக்க உதவும் மிகச் சிறந்த சாதனமாகும்.

முத்திரை உள்ளிட்ட தந்திர யோகப் பயிற்சிகள் மிக எளிமையானவை, அதே நேரத்தில் மிக மிக ஆற்றல் மிக்கவை. அபரிமிதமான சக்திகளை தந்திர யோகப் பயிற்சிகளின் மூலமாக ஒருவர் மிகக் குறுகிய காலத்திலேயே அடைய முடியும்.

முத்திரைப் பயிற்சிகளை நமது ரிஷிகள் இரண்டு பெரும் பிரிவுகளாகப் பிரித்திருக்கின்றனர்.

1. **பாஹீ முத்திரைகள்:** இவைகளை ஹடயோக முத்திரைகள் என்று சொல்வதுண்டு. ஹடயோகம் பயிலும் யோகி தனது பயிற்சிகளின் உயர்நிலையில் யோகாசனங்களோடு இந்த பாஹீ முத்திரைகளையும் செய்வார். இதனுடன் சில பந்தனங்களும் சேர்த்துச் செய்ய வேண்டும்.

2. **தேவ முத்திரைகள்:** தேவ முத்திரைகளுக்கு யோக முத்திரைகள் என்ற பெயரும் உண்டு. இவைகள் தந்திர யோகப் பயிற்சிகளிலும், யாகங்களின் போதும், வழிபாடுகளின் போதும் இன்றும் கடைப்பிடிக்கப்படுகின்றன.

வழிபாடு என்பது நமது உடலின் சக்தியைப் பெருக்கிக் கொள்ளும் வழிமுறைதான். கோயில்களின் கோபுரங்கள், விமானங்கள் ஆகியவை அனைத்துமே பிரபஞ்ச சக்தியை உள்ளே ஈர்த்துக்கொள்ளும் விதமாகவே வடிவமைக்கப்பட்டுள்ளன. முத்திரைகளுக்கு சக்தி பூட்டுக்கள் என்ற பெயரும் உண்டு.

சில முத்திரைகளைச் செய்யும் போது நமது உடலின் பிராண சக்தி ஒரு இடத்தில் குவிக்கப்படும். சில முத்திரைகளைச் செய்யும் போது குவிக்கப்பட்ட பிராணசக்தி வெள்ளமாகப் பாய்ந்து குறைவுபட்டவற்றை நிறைவாக்கும். சில முத்திரைகள் அதிகமான அளவில் பிரபஞ்சத்தில் இருந்து மின்காந்த ஆற்றலை நமது உடலுக்குள் ஈர்த்துக் கொள்ள உதவும்.

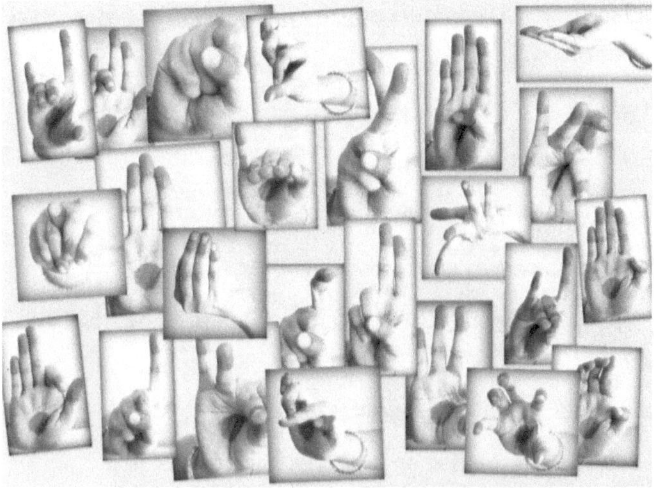

6. நடனங்களும் முத்திரைகளும்

முத்திரை என்பது ஒரு பொருளை விளங்க வைப்பதற்காக கை விரல்களினால் செய்யப்படும் சைகை அல்லது அமைப்பு. முத்திரையின் மூலமாக ஒரு பொருளின் தோற்றம், உருவம், குறி ஆகியவற்றைப் பார்ப்பவர்களின் மனத்தில் பதியவைக்க முடியும். இந்த முத்திரைகளின் பயன்பாடு நடனத்தில் முக்கியமான இடத்தைப் பெறுகிறது. எனவே தான் முத்திரைகளைப் பரதநாட்டியத்தில் ஹஸ்தாபிநயம் என்று அழைக்கிறார்கள். ஹஸ்தம் என்றால் கை, அபிநயம் என்றால் சைகைகள்.

வார்த்தைகள் எதுவும் பேசாமலேயே கைகளில் உள்ள விரல்களின் பல்வேறு அசைவுகளினாலும், அவற்றை வைத்துக் கொள்ளும் முறைகளினாலும் அபிநயிப்பது இந்தக் கலையாகும். நடனத்தில் பிரயோகிக்கும் கைகளை

வடமொழியில் ஹஸ்தம் என்றும் தமிழில் முத்திரைகள் என்றும் கூறுவார்கள்.

இந்த ஹஸ்தங்கள்

1. அபிநய ஹஸ்தம்

2. நிருத்த ஹஸ்தம்

என இரண்டு வகையாகப் பிரிக்கப்படும்.

இந்த அபிநய ஹஸ்தம் மேலும் இரண்டு பிரிவாகப் பிரிக்கப்பட்டு

1. ஒற்றைக்கை அல்லது அஸம்யுத ஹஸ்தம்

2. இரட்டைக்கை அல்லது ஸம்யுத ஹஸ்தம்

என்று அழைக்கப்படுகின்றன. இவற்றை முறையே நாம் இணைந்த கைகள் என்றும் இணையாத கைகள் என்றும் கூறலாம்.

ஒவ்வொரு முத்திரையும் அது பயன்படுத்தும் முறையின்படி அர்த்தம் கொடுக்கும். அதாவது ஒற்றைக்கை முத்திரையில் பதாகஸ் என்று ஒரு முத்திரை இருக்கிறது. இது நாம் வணங்கும் போது இரண்டு கைகளையும் இணைத்துக் கும்பிடுவோம். அதை ஒரு கையினால் மட்டும் செய்தால் அது பதாகஸ் முத்திரை எனப்படும். இந்த முத்திரையை நாட்டியத்தின் போது, கதவை மூடுவது, சபதம் செய்வது, தூங்குவது, வெயில், சந்திரன் போன்ற பல அர்த்தங்களை விளக்குவதற்காக உபயோகப்படுத்துகின்றனர்.

இதே போல இரட்டைக்கை முத்திரைகளும் பல பொருட்களை விளக்கும் விதத்தில் காட்டப்படும். நாட்டியத்தில் அடவுகளுக்கு உபயோகிக்கக்கூடிய முத்திரைகள் எளிர்கை என்றும், அபிநயத்திற்கு உபயோகிக்கும் முத்திரைகள் தொழிர்கை என்றும் அழைக்கப்படுகிறது.

காந்தாரவம் என்று அறியப்படும் காந்தார ராகத்தினால் பிரம்மாவை வழிபட வேண்டும் என்று பிரஷ்ண சம்ஹிதை குறிப்பிடுகிறது. துருவ தாளத்தின் ஒருவகையாகிய நாட்டியதண்டி துருவதாளத்தினாலும், கமல நிருத்தத்தினாலும் பிரம்மாவை

வழிபட வேண்டும் என்று தெரிவிக்கிறது. இந்த நிருத்தத்தில் வலது கையில் ஹம்சஸ்ய முத்திரையும், இடது கையில் கச்சுரா முத்திரையும் பயன்படுத்தப்படுகிறது.

நடுவிரல், மோதிரவிரல் மற்றும் சுண்டுவிரல் இவை மூன்றும் ஒன்றை ஒன்று தொட்டுக் கொள்ளாமல் காண்பிக்கப்படும் அபிநயம் ஹம்சஸ்ய முத்திரை எனப்படும்.

சுட்டுவிரலும் கட்டைவிரலும் இணைந்து காட்டப்படும் முத்திரை கச்சுரா முத்திரை எனப்படும். இந்த முத்திரையின் போது, சுட்டுவிரல், நடுவிரல் மற்றும் மோதிரவிரல் ஆகியவை ஒன்றுக்கொன்று நெருக்கமாக இருக்க, சுண்டுவிரல் மட்டும் வெளியே தெரியுமாறு அபிநயம் பிடிக்க வேண்டும். மேலும் கட்டைவிரலானது, சுட்டுவிரலின் அடிப்பாகத்தைத் தொடுமாறு அபிநயம் காட்ட வேண்டும்.

நடனக் கலைஞரும் முத்திரைகளும்

நமது பாரம்பரிய நடனங்களான பரத நாட்டியத்தில் மட்டும் அல்லாமல், குச்சுப்புடி, ஒடிசி, கதகளி, மோகினியாட்டம் போன்ற அனைத்து நடன முறைகளிலும் முத்திரைகள் பெரிதும் உபயோகமாகின்றன. பேச்சு மொழியை விட உடல் அசைவு மொழியான சைகைக்கு இந்த நடனங்களில் முக்கியத்துவம் தரப்படுவதால் முத்திரைகள் அதிக அளவில் உபயோகப்படுத்தப்படுகின்றன.

பேச்சினாலும், பாட்டினாலும் ஒரு கருத்தைப் பார்ப்பவர்களுக்கு உணர்த்துவது இசை, நாட்டியம் போன்றவற்றில் காணப்படுகிறது. ஆனால் ஒரு தேர்ந்த நடனக்கலைஞர் மொழியின் துணையே இல்லாமல் உடல் அசைவுகளினாலும், விரல்களினால் செய்யப்படும் நேர்த்தியான முத்திரைகளினாலும், முகப் பாவத்தினாலும், கண் அசைவினாலும் அந்தக் கருத்தை பார்வையாளருக்கு மிக எளிதாக உணர்த்தி விடலாம்.

உலகப் புகழ் பெற்ற இசைக்கலைஞர்களில் ஒருவரும் உலக நாடுகள் பலவற்றிலும் தன்னுடைய வசீகரமான குரலின் இனிமையால் ரசிகர்களைத் தேடிக்கொண்டவரும்

ஆன பலோமா தேவி என்னும் பெண்மணி கூறுவதைக் கேளுங்கள்.

நான் பல வருடங்களாக ரெய்கி சிகிச்சையைச் செய்து வருகிறேன். என்னுடைய மேடைகளில் இசை நிகழ்ச்சியின் போது நடன அசைவுகளின் மூலமாக நான் அபரிமிதமான சக்தியை வெளிப்படுத்தி பலருக்கும் சிகிச்சை அளித்து வருகிறேன். என் உள்ளத்தில் பொங்கிப் பிரவாகம் எடுக்கும் அன்பு, இரக்கம் ஆகியவற்றை மக்களிடம் பரவச் செய்து அவர்களை மேம்படுத்துவதே இந்த நடனத்தின் அடிப்படை.

என்னுடைய கரங்களையும், விரல்களையும் இதற்காக நான் பிரத்தியேகமான பயிற்சிகளில் ஈடுபடுத்தி இருக்கிறேன். அவைகளின் அசைவினால் உண்டாகும் முத்திரைகளினால் உடனுக்குடனே பார்வையாளர்களுக்கு வலி நிவாரணம் கிடைக்கிறது.

என்னுடைய நிகழ்ச்சிகளில் சூரிய முத்திரை என்பது தனித்தன்மை வாய்ந்தது. கட்டைவிரலின் நுனியினால் மோதிரவிரலை தொட்டு செய்யப்படும் இந்த முத்திரை சூரிய சக்திகளைத் தூண்டிவிட்டு, இதயத்தைக் குணப்படுத்துகிறது.

இதைப்போலவே மற்றொரு தாந்திரீக முத்திரையான இடது கையை என்னுடைய இதயத்தின் மீது வைத்து வலது கையை நான் பார்வையாளர்களை நோக்கி நீட்டும் போது பிரபஞ்ச சக்தி மற்றும் பிரபஞ்சத்தின் அன்பை நான் என் மூலமாக அவர்களுக்குள் செலுத்துகிறேன். இந்தப் பாவனை பல பார்வையாளர்களின் உள்ளக் குமுறலைப் போக்கி, அவர்களுக்கு மனநிறைவும், மகிழ்ச்சியும் தந்திருப்பதை அவர்களின் மூலமாகவே அறிந்து கொண்டிருக்கிறேன். அது தான் சூரிய முத்திரையின் அசாத்திய ஆற்றல்.

சூரியனில் இருந்து பெறப்படும் சக்தியும், வெளிச்சமும் நமது அக இருளையும், புற இருளையும் விரட்டுவதைப்போல சூரிய முத்திரையின் மூலமாக நமது உள்ளத்தின் கவலைகள் விலகுகின்றன. உடலும் உள்ளமும் புது உற்சாகத்தோடு செயல்பட ஆரம்பிக்கிறது. ஆகவே இந்த முத்திரையை நானும் எனது நடனக் குழுவினரும் ஒவ்வொரு நிகழ்ச்சியின்

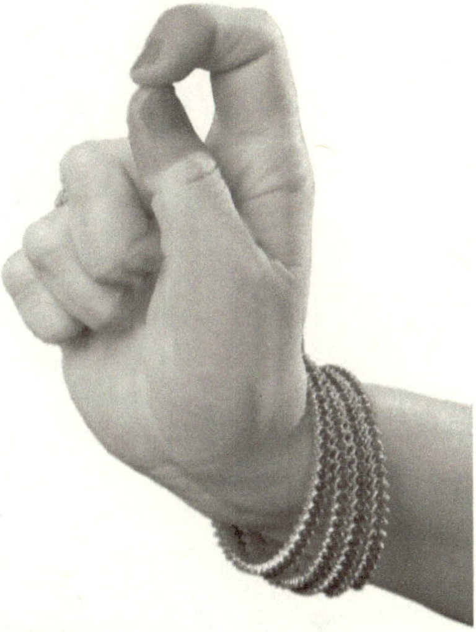

போதும் செயல்படுத்துவதை வழக்கமாகவே வைத்திருக்கிறோம்.

நடன நிகழ்ச்சிகளின் இறுதியாக நாங்கள் அஞ்சலி முத்திரையைச் செய்கிறோம். இது நடன நிகழ்ச்சிக்கு இறுதியாக இருந்தாலும் நடனம் நடைபெறும் மாலை முழுவதும் ஆரம்பம் முதல் இறுதிவரையில் செய்யப்படுகிறது. இரண்டு கைகளையும் நெஞ்சுக்கு நேரே கூப்பி செய்யப்படும் இந்த முத்திரை நமஸ்தே என்றும் பிரார்த்தனை முத்திரை என்றும் சொல்லப்படுகிறது.

இது ஆண் பெண் இரண்டு பால்களின் சங்கம முத்திரை, நேர்மறை மற்றும் எதிர்மறை சக்திகளின் இணைப்பு முத்திரை, நமது மூளையின் வலது மற்றும் இடது கோளங்கள் இணைந்து செயல்படுவதைத் தூண்டும் முத்திரை, ஆகவே இந்த முத்திரை சமநிலைப்படுத்தும் முத்திரை எனப்படுகிறது. இதையும் நாங்கள் வாய்ப்பு கிடைக்கின்ற போதெல்லாம் எங்கள் நடன நிகழ்ச்சிகளில் பயன்படுத்தி உடல் மற்றும் உள்ளத்தின் ஆரோக்கியத்தை மேம்படுத்திக் கொள்கிறோம் என்கிறார் அவர்.

இதன் மூலமாக நாட்டியத்தில் முத்திரைகள் மிக முக்கியமான பங்கு வகிக்கின்றன என்பதை நாம் தெளிவாக அறிந்து கொள்ள முடிகிறது.

7. முத்திரைகளும் நிறங்களும்

இந்த உலகம் வண்ணமயமானது, எங்கும் எல்லாவற்றிலும் வண்ணங்கள் நீக்கமற நிறைந்தே காணப்படுகின்றன. நாம் தினமும் உண்ணும் உணவு முதலாக, உடுத்தும் ஆடை வரையில் எல்லாவற்றிலும் வண்ணங்கள் இடம் பிடித்திருக்கின்றன.

ஒவ்வொரு வண்ணத்திற்கும் ஒரு குணம் உண்டு. வெண்மை அமைதியைக் குறிக்கிறது என்றால் சிவப்பு ஆபத்தையும், போராடும் குணத்தையும் குறிக்கிறது. இந்த வண்ணங்கள் நமது எண்ணங்களில் ஆதிக்கம் செலுத்துகின்றன. வாழ்க்கைப் பாதையை மாற்றி அமைக்கின்றன. சில வண்ணங்கள் நமது உடலில் குறையும் போது அதனால் நோய்கள் உண்டாகும் என்றும், அந்த நிறங்களை உடலில் சேர்த்துக்கொண்டால் குறைபாட்டினால்

உண்டான நோய்கள் நீங்கும் என்று ஆராய்ச்சியாளர்கள் சொல்கிறார்கள். இந்த மருத்துவ சிகிச்சை நிற சிகிச்சை என்ற பெயரில் அழைக்கப்படுகிறது.

நீங்கள் அதிகமாக எந்த நிறத்தை விரும்புகிறீர்களோ அதை வைத்தே உங்களது தனிப்பட்ட குணத்தை வரையறுத்துச் சொல்லிவிட முடியும் என்கின்றனர் உளவியல் நிபுணர்கள்.

வண்ணங்களில் கெட்டதும் இல்லை நல்லதும் இல்லை. ஆனால் தகுந்த வண்ணங்களைத் தேவையான சமயத்தில் உபயோகிப்பதன் மூலமாக நாம் அதிகப் பலன்களைப் பெறலாம்.

நமது உடலைச் சுற்றி ஆரா எனப்படும் நிறங்களின் வட்டம் ஒன்று காணப்படுகிறது. இது எண்ணங்களின், ஒழுக்கத்தின் வெளிப்பாடாக அமைந்திருக்கிறது. எண்ணங்கள் எந்த அளவிற்கு வலிமையாக இருக்கிறதோ அந்த அளவிற்கு இந்த ஆராவின் வண்ணமும் அடர்த்தியாக இருக்கும்.

கெட்ட எண்ணம் உடைய திருடர்கள், போட்டி பொறாமையில் தவிப்பவர்கள், அடுத்தவர் உயர்வைப் பார்த்து மனம் புழுங்குபவர்கள் ஆகியோரது உடலைச் சுற்றி கருமையும், நீலமும் உள்ள ஆரா தெரியும். கருணை, இரக்கம், அன்பு, மானுட சேவை ஆகிய உயர்ந்த குணங்களைப் பெற்ற மகான்களின் உடலைச் சுற்றி ஆரஞ்சு வண்ணம் அடர்த்தியாக இருக்கும்.

புட்டபர்த்தி சாய்பாபா உடலில் இருந்து கிளம்பிய ஆரஞ்சு வண்ணக் கதிர்கள் அந்தப் பிரதேசம் முழுவதையும் ஆக்கிரமித்து இருந்ததை அவருடைய வெளிநாட்டு பக்தர் ஒருவர் புத்தகத்தில் குறிப்பிட்டு இருக்கிறார்.

இந்த வண்ணங்களுக்கும் எண்ணங்களுக்கும் தொடர்பு இருப்பதை இன்றைய அறிவியல் கிர்லியன் போட்டகிராபி என்பதன் மூலமாகப் புகைப்படங்கள் எடுத்து ஆதாரப் பூர்வமாக அறிவித்துள்ளது. இதனை நமது முன்னோர் அறிந்து வண்ணங்களின் மூலமாக உடலையும், உள்ளத்தையும் மேம்படுத்தும் யோக முறைகளையும், முத்திரைகளையும்

கண்டறிந்திருக்கின்றனர்.

நமது உடலில் ஆறு யோகச் சக்கரங்களும் நிறங்களோடு தொடர்பு கொண்டுள்ளன. இந்தச் சக்கரங்கள் நமது விரல்களோடும் தொடர்புடையவை. ஒரு வண்ணம் அதிகமானாலோ அல்லது குறைந்தாலோ உடல் மற்றும் மன பாதிப்புக்கள் உண்டாகும். ஆகவே வண்ணங்களைச் சரி செய்வதன் மூலமாக நாம் உடல் நோய்களைக் குணப்படுத்திக் கொள்ள முடியும்.

பெருவிரல்	–	மணிபூரகம்
சுட்டு விரல்	–	அநாகதம்
நடுவிரல்	–	விசுத்தி
மோதிரவிரல்	–	மூலாதாரம்
சுண்டுவிரல்	–	சுவாதிஷ்டானம்

கையில் முத்திரையைச் செய்தபடியே மனத்தில் அந்த எண்ணங்களைத் தியானம் செய்ய வேண்டும். நமது உடலுக்குள்ளேயும், நம் உடலைச் சுற்றி வெளியேயும் அந்த வண்ணம் பரவுவதாக எண்ணிக் கொள்ள வேண்டும். இவ்வாறு பலமுறை சில நாட்கள் செய்வதன் மூலமாக அந்த வண்ணக்குறைபாட்டை சரி செய்து விடலாம்.

நமது உடலில் குறிப்பாக ஆரஞ்சு வண்ணம் குறைவாக இருக்கிறது, அதன் காரணமாக நமக்கு சில உடல் நோய்கள் தோன்றுகின்றன என்பதை அறிந்துகொண்டால், உடனே ஒரு அமைதியான இடத்தில் அமர்ந்து முத்திரைகளைச் செய்ய வேண்டும். அப்போது வானத்தில் இருந்து ஆரஞ்சு வண்ணம் அருவியாக நமது தலையின் மீது கொட்டுவதைப் போலவும், அது நமது உடலை மூழ்கடிப்பதைப் போலவும், இன்பமும் குளிர்ச்சியும் அதிகமாவதைப் போலவும் பாவனை செய்ய வேண்டும்.

ஆரஞ்சு நிறம் நமது உள்ளேயும், வெளியேயும் கலந்து நமது உடலின் குறைகளைப் போக்குவதையும், நமது நோய்களைக் கழுவி எடுத்துக் கொண்டு வெளியே ஓடுவதாகவும் கற்பனை செய்து கொள்ள வேண்டும். இவ்வாறு ஐந்து நிமிடங்கள் தினமும் செய்து வந்தால் நிச்சயமாக நோயில் இருந்து விடுதலை

பெறலாம். நோயின் தன்மையை அறிந்து ஒரு நாளைக்கு ஐந்து நிமிடங்களோ அல்லது பத்து நிமிடங்களோ முத்திரைகளைச் செய்து நல்ல பலனைப் பெறலாம்.

மூலாதாரச் சக்கரம்

இது முதுகெலும்பின் அடிப்பாகத்தில் இருக்கும் ஆதாரச் சக்கரம். இந்தச் சக்கரம் அட்ரினல் சுரப்பி, சிறுநீரகம், தசைகள் மற்றும் இதயத்திற்குப் போகும் இரத்தம் ஆகியவற்றோடு தொடர்புடையது. இந்தச் சக்கரம் தான் நம்மை இந்த உலகத்தோடு பிணைத்திருக்கிறது. இது சக்தியின் ஆதாரமாகச் செயல்படுகிறது.

வாழ்க்கையின் ஆதாரங்களான பசி, காதல் போன்ற உணர்வுகளுக்கு இதுவே பிறப்பிடம். இந்தச் சக்கரம் சரியாக இயங்கினால் ஞானத் தூண்டுதல் ஏற்படும். இது ஒரு சக்திக்களம், இதனைச் சரியாகப் பயன்படுத்தினால் உயர்ந்த ஞானநிலையை அடையலாம். இந்தச் சக்கரம் சரியாக இயங்கவில்லை என்றால் வாழ்க்கை மிகவும் மோசமாகக் கீழ்மட்டத்தில் இருக்கும்.

உணர்ச்சிகள், காமம் என்று மனம் தாழ்ந்த குணங்களை விரும்பி, கீழ்த்தரமான வாழ்வில் நாட்டம் கொள்ளும். மனிதன் உயர்ந்த நிலையை அடைந்து மகானாக, ஞானியாக பரிணாமம் பெறுவதற்கு இந்தச் சக்கரமே மூலாதாரமாக இருக்கிறது. அதே நேரத்தில் அவன் வயிற்றுப்பசிக்கு உணவு, உடல்பசிக்கு காமம் என்று விலங்கு வாழ்க்கை வாழவும் இந்தச் சக்கரமே காரணமாக அமைகிறது.

மூலாதாரச் சக்கரம் தூண்டப்பட்டு சரியாக இயங்கினால் வாழ்க்கையில் நல்ல விழிப்புணர்வு ஏற்படும். ஞானத்தின் மீது பற்று, யோகத்தின் மீது ஈடுபாடு ஆகியவை உண்டாகும். சரியாக இயங்கவில்லை என்றால், எப்போதும் பரபரப்பு, சக்திக் குறைபாடு, உலகப் பொருட்களின் மீது விரக்தி, தடுமாறும் மன உணர்வுகள், ஒரே பொருளின் மீது தீராத வெறி, மிகுந்த சுயநலம் ஆகியவை உண்டாகும்.

சிவப்பு நிறம் மூலாதாரத்தோடு தொடர்புடையது. வாழ்க்கை, துணிவு, கம்பீரம், வலிமை ஆகியவற்றுக்குக்

குறியீடாக விளங்குகிறது. இயற்கையில் வெப்பம், நெருப்பு, அபாயம் ஆகியவற்றை சிவப்பு நிறம் குறிக்கிறது.

ஒரு அறையில் பல வண்ணப் பொருட்கள் இருந்தாலும் கூட சிவப்பு நிறத்தில் உள்ள பொருட்கள்தான் நம் கவனத்தை முதலில் ஈர்க்கும். எனவே போக்குவரத்து சைகைகள் அபாய எச்சரிக்கைகள் ஆகியவற்றைச் சிவப்பு நிறத்தில் வைத்திருக்கிறார்கள். செய் அல்லது செத்துமடி என்ற உணர்வை ஏற்படுத்துவது சிவப்பு என்று ஆராய்ச்சியாளர்கள் கருதுகிறார்கள்.

சுவாதிஷ்டான சக்கரம்

பிறப்பு உறுப்புக்களோடு தொடர்புடைய யோக சக்கரம். ஆரஞ்சு நிறம் இந்தச் சக்கரத்தின் குறியீடு. ஆரஞ்சு நிறம் சக்தியின் குறீயீடாக விளங்குகிறது. இது சிகப்பு மற்றும் மஞ்சள் ஆகிய நிறங்களின் கலப்பில் உருவாகிறது. ஆகவே தன்னம்பிக்கை, ஞானம் ஆகியவற்றுக்குப் பொறுப்பாகிறது. இதன் காரணமாக கோபத்தை அடக்குவதற்கும், சுயக்கட்டுப்பாடு அதிகரிப்பதற்கும், ஞானத்தேடலைப் புரிவதற்கும் ஆரஞ்சு நிறம் உதவுகிறது.

ஆரஞ்சு நிறம் உடல் வெப்பத்திற்கும், நேர்மறையான சிந்தனைகளுக்கும் பொறுப்பேற்றுக் கொள்கிறது. மேலும் மன இறுக்கத்தைக் குறைக்கிறது, மனத்தில் அமைதியைத் தருகிறது, பாலுணர்வுகளைப் பலப்படுத்தி, மனத்தில் சந்தோஷப் புள்ளிகளைத் தோற்றுவிக்கிறது.

மணிபூரகச் சக்கரம்

மஞ்சள் நிறத்தோடு தொடர்புடையது. இது ஜீரண சக்திகளை அதிகரிக்கவும், ஜீரண நீர்களின் சுரப்பு சரியாக இருக்கவும் உதவுகிறது. மேலும் இந்தச் சக்கரம் மனத்தில் விழிப்புணர்வை அதிகப்படுத்தி, வாழ்க்கையை ஒளிமயமாக்கி, அமைதியை ஏற்படுத்துகிறது. மஞ்சள் நிறம் மங்கலமானது, மதிப்பையும், கவுரத்தையும் அளிப்பது. மனம், அறிவு, ஞானம் ஆகியவற்றின் குறியீடாக இருப்பது. நரம்பு மண்டலம் பரபரப்போடு இயங்கும் நேரத்தில் அவைகளைச் சமனப்படுத்தி, கட்டுப்பாட்டுக்குள் வைப்பதற்கு மஞ்சள் நிறம் உதவுகிறது.

மனத்தின் சமநிலைக்கும், உடலின் சமநிலைக்கும் பொறுப்பு எடுத்துக் கொண்டு இயங்கும் கேந்திரமாகச் செயல்படுகிறது.

இந்தச் சக்கரம் அக்கினியோடு சம்பந்தப்பட்டது, அது உடலுக்கு கதகதப்பையும், சீரான இரத்த ஓட்டத்தையும் தருகிறது. அதே நேரத்தில் பயத்திற்கும், திகில் உணர்வு ஏற்படுத்துவதற்கும் கூட இந்தச் சக்கரமே காரணமாக இருக்கிறது.

மணிபூரகச் சக்கரம் சரியாக இயங்காதபோது,

கவனச் சிதறல் ஏற்படும், ஒரு விஷயத்தைப் புரிந்து கொள்வதில் குறைபாடு தோன்றும், நடுவு நிலையாக முடிவுகளை எடுக்க முடியாமல் சிரமம் ஏற்படும், மற்றவர்களை விட நானே மிகவும் முக்கியமானவன் என்ற ஆணவம் வளரும். பிரச்சினைகளை நாடிப்போகும் குணமும், பிரச்சினைகள் வருவதற்கு எதையெல்லாம் செய்யவேண்டுமோ அவைகளைச் செய்வதில் ஆர்வமும் அதிகமாகும்.

விசுத்திச் சக்கரம்

இந்தத் தொண்டை சக்கரம் நீல வண்ணத் தொடர்பு உடையது, அமைதியை உண்டாக்கும், இது மிக ஆழ்ந்த நிலையில் தைரியத்தையும், பாதுகாப்பு உணர்வையும் தருகிறது. மனத்தை அமைதியாக்கி பரபரப்பில்லாமல் அந்தச் சூழ்நிலையை நன்றாகப் புரிந்து கொள்ள உதவுகிறது.

விசுத்தி சக்கரம் சரியாக இயங்காதபோது, நினைத்ததை சரியானபடி வெளியே சொல்ல முடியாமல் திணறுவது, எதையும் கற்றுக் கொள்வதில் தாமதம், பொய் சொல்வதில் ஆர்வம், பயம், சந்தேகம், எதிலும் முடிவெடுக்க முடியாமல் திணறல் ஆகிய குறைபாடுகள் ஏற்படும்.

இந்தச் சக்கரம் நீலநிறத்தோடு தொடர்புடையது, நீல நிறம் பக்தி, அர்ப்பணிப்பு, கற்பனை, பரந்த மனப்பான்மை மற்றும் ஆன்மீகத்தின் குறியீடாக விளங்குகிறது. இது அமைதியையும், நிம்மதியையும் ஏற்படுத்தும். மொழியின் மூலமாக மற்றவர்களுடன் தொடர்பு கொள்வதற்கும், மனத்தில் நினைத்த கருத்துக்களை மிக அழகான கோர்வையான வார்த்தைகளின் மூலமாகத் தெரியப்படுத்துவதற்கும் விசுத்திச்

சக்கரம் குவிமையமாக விளங்குகிறது.

ஆழ்நீலம் அளவில்லாத சக்தியையும், வெளிர்நீலம் ஆன்மீக உணர்வையும் தூண்டும் ஆற்றல் படைத்தது.

அநாகதச் சக்கரம்

அநாகதம் எனப்படும் இதயச் சக்கரம் பச்சை நிறத்தோடு தொடர்புடையது. கற்பனை சக்தி, உடல் ஆரோக்கியம், சமநிலை ஆகியவற்றின் குறியீடாகச் சொல்லப்படுகிறது. நமது உடலில் பசுமை நிறம் குறைவுபடும்போது அநாகதச் சக்கரத்தின் செயல்பாடுகள் தடுமாற்றம் அடையும். இதனால் ஒழுக்கக்குறைவு, மற்றவர்களிடம் சரியாகப் பழக முடியாத எண்ணம் ஆகியவை தோன்றும். மேலும் அடுத்தவர்களை ஆட்டிப்படைக்கும் எண்ணமும், தன்னுடைய சந்தோஷத்திற்கு மற்றவர்களை எதிர்பார்க்கும் குணமும் ஏற்படும்.

பச்சை நிறம் பொதுவாக சமநிலையைக் குறிப்பதற்கும், வளத்தைக் குறிக்கவும், அமைதியான சூழலைக் குறிக்கவும் குறியீடாக அமைகிறது. பச்சை நிறத்தைப் பார்க்கும் போது மனத்தில் புத்துணர்ச்சியும் உற்சாகமும் கொப்பளிக்கும். நமது கண்களில் உள்ள லென்ஸ் நாம் பார்க்கின்ற நிறத்திற்கு ஏற்றவகையில் தன்னை தகவமைத்துக் கொள்கிறது. ஆனால் பச்சை நிறத்திற்கு அப்படிப்பட்ட தகவமைப்பு எதுவும் தேவையில்லை. காலையில் தூக்கத்தில் இருந்து விழித்ததுமே பச்சைப்பசேல் என்ற புல்வெளியை, மரங்களை, வயல்களைப் பார்ப்பது கண்ணுக்குக் குளிர்ச்சி தரும் என்பது இதனால் தான். கண்கள் எந்தவிதமான முயற்சியும் செய்யாமலே இந்த நிறத்தைப் பார்த்து மகிழ்கின்றன. இதனால் நமது மனமும் குளிர்கிறது.

விடுதலை உணர்விற்கும், வளர்ச்சிக்கும் எடுத்துக்காட்டாக விளங்கும் பச்சை நிறம் நம்முடைய விரல்களோடும் தொடர்புடையது. விரல்களில் செய்யப்படும் முத்திரைகள் நிறங்களோடு தொடர்புடையன. சில முத்திரைகளைச் செய்யும் போது தேவையான நிறங்களைப் பார்த்துக் கொண்டோ அல்லது அந்த நிற உடைகளை அணிந்து கொண்டோ, அல்லது அந்த வண்ணம் பூசப்பட்ட அறையில் அமர்ந்தபடியோ

பயிற்சிகளைச் செய்தால் அதிகமான பலன்களை விரைவாகப் பெறலாம்.

ஆக்ஞா சக்கரம்

இந்தச் சக்கரமானது வயலெட் நிறத்துடன் தொடர்புடையது. ஆன்மீகத்தில் உன்னதமான நிலைகளை அடைவதற்கும், சிரசுக்கு மேல் உள்ள சூக்கும சக்தியைச் செயல்பட வைப்பதற்கும் இது பெரிதும் உதவும்.

இது பிட்யூட்ரி சுரப்பியுடன் இணைக்கப்பட்டுள்ளது. எதிர்காலத்தை அறிவதில் இந்தச் சக்கரத்திற்குப் பெரும் பங்கு உண்டு. ஆக்ஞா சக்கரத்தைச் சரியாகச் செயல்பட வைப்பதன் மூலமாகக் குழப்பங்கள் அகலும், வாழ்க்கையில் தோன்றும் பிரச்சினைகளுக்கு எளிதான வழிகள் மூலம் தீர்வு கிடைக்கும், முக்கியமான முடிவுகளைச் சரியான நேரத்தில் எடுக்க முடியும்.

இந்தச் சக்கரம் சரியாக இயங்காத போது, மனம் தாவிக் கொண்டே இருக்கும், சந்தேகங்கள் ஏற்படும், இது சரியா அல்லது அதுவா என்று மனம் எப்போதும் குழம்பித் தவிக்கும். எதிர்காலத்தைக் குறித்த எந்த முடிவையும் எடுக்க முடியாமல் மனம் தோற்றுப் போகும்.

தன்னை அடக்கி ஆள்வதற்கும், உணர்ச்சிகளைக் கட்டுக்குள் வைத்திருக்கவும், ஞானத்திற்கும் வயலெட் நிறம் குறியீடாக இருக்கிறது. இது நெற்றிக்கண்ணைத் திறப்பதற்கு உதவும் நிறம். உள்மன உணர்ச்சிகளைத் தூண்டவும், மிக உயர்ந்த ஞானப்பிரகாசத்தை அடையவும் இந்த நிறம் உதவும்.

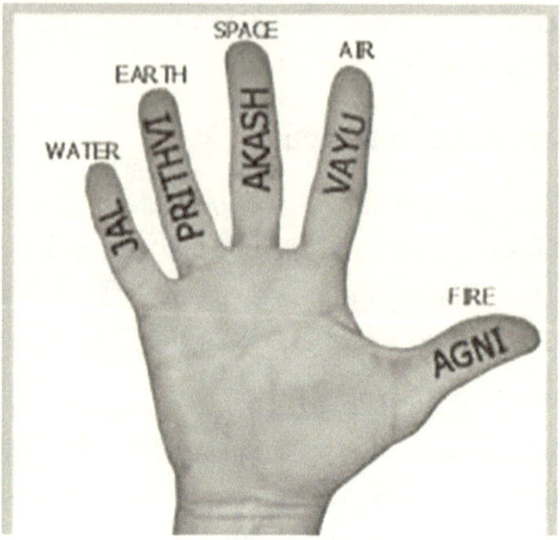

8. யோக முத்திரைகள்

நமது பிரபஞ்சம் நிலம், நீர், நெருப்பு, காற்று, ஆகாயம் ஆகிய பஞ்ச பூதங்களினால் ஆனது. இந்தப் பிரபஞ்சத்தின் ஒரு அங்கம் தான் நமது உடலும். நமது உடலிலும் இந்தப் பஞ்ச பூதங்கள் ஆட்சி செய்கின்றன. இதைத்தான் நமது முன்னோர் அண்டத்தில் இருப்பது தான் பிண்டத்திலும் இருக்கிறது என்று சொல்லி வைத்தனர்.

அங்கிங்கெனாதபடி எங்கும் பிரகாசமாய் ஆனந்த பூர்த்தியாகி, அண்ட சராசரங்களைப் படைத்த இறைவனே ஒன்பது வாசல் கொண்ட ஓட்டைக் குடமாகிய இந்த உடலுக்குள்ளும் வீற்றிருக்கிறான்.

பஞ்ச பூதங்களினால் உருவாக்கப்பட்ட இந்த உடல் இறந்த பிறகும் பஞ்ச பூதங்களிலேயே கலந்து விட வேண்டும்

என்பது இந்து தருமம். அதனால் தான் இறந்தவரின் உடலை நெருப்பில் வைத்து எரித்து விடுகிறோம். அது ஐம்பூதங்களில் ஒன்றான அக்கினிக்கு இரையாகி அதனுடன் கலக்கிறது. சாம்பலை ஆற்றிலோ அல்லது கடலிலோ கரைக்கிறோம். இப்படியாக அது நீருடன் கலக்கிறது. எரியும் போது புகை காற்றில் கலக்கிறது, மண்ணிலும் சாம்பல் படிகிறது. ஆகாயத்தில் இவை அனைத்தும் ஒன்றாகக் கலந்து விடுகின்றன.

ஐம்பூதங்களினால் உருவாக்கப்பட்ட இந்த உடலை ஐம்பூதங்களும் ஆட்சி செய்கின்றன. இவைகள் ஒன்றை விட்டு ஒன்று பிரியாது. பிரிக்கவும் முடியாது. உடலின் ஐம்புலன்களான மெய், வாய், கண், மூக்கு, செவி ஆகிய ஐம்புலன்களும் சரியாகச் செயல்படுவதற்கு இந்த ஐம்பூதங்களே காரணமாக இருக்கின்றன. இந்த ஐம்பூதங்களும் ஒன்றோடு ஒன்று சமமான நிலையில் இருந்தால் மட்டுமே உடல் ஆரோக்கியமாக இருக்கும்.

நம்முடைய ஐந்து விரல்களும் ஐந்து பூதங்களைக் குறிக்கின்றன.

கட்டைவிரல்	**–**	**நெருப்பு**
ஆள்காட்டி விரல்	**–**	**காற்று**
நடுவிரல்	**–**	**ஆகாயம்**
மோதிரவிரல்	**–**	**நிலம்**
சுண்டு விரல்	**–**	**நீர்**

இந்த ஐந்து வகை மூலகங்கள் வேறுவிதமாக நிலம், நீர், நெருப்பு, மரம், உலோகம் என சீனப் பாரம்பரிய மருத்துவத்தில் சொல்லப்படுகிறது. இவைகள் ஒன்றோடு ஒன்று நெருங்கிய தொடர்பு உடையன. இவைகள் ஒன்றை ஒன்று தூண்டுகின்றன, அதிகமாகும் போது கட்டுப்படுத்தவும் செய்கின்றன.

உதாரணமாக காற்றானது, நெருப்பு தத்துவத்தைத் தூண்டுகிறது. நெருப்பு தத்துவத்தைத் தண்ணீர் கட்டுப்படுத்துகிறது. யோகாசனம், தியானம் இவைகளுடன் முத்திரைகளை இணைத்துச் செய்வதன் மூலமாக அபரிமிதமான பலன்களை உடனடியாகப் பெறலாம். தினசரி வாழ்க்கையில்

கூட சில நிமிடங்களை ஒதுக்கி, முத்திரைப் பயிற்சிகளைச் செய்து வந்தால் உடல் ஆரோக்கியம் சீர்படும், உள்ளம் லேசாகும், கவலைகள் தூளாகும், நம்மால் செய்ய முடியும் என்ற நம்பிக்கை ஏற்படும்.

பழங்கால முனிவர்கள் நாட்கணக்கில் தவம் புரிந்தனர் என்றும் பல வருடங்களுக்கு ஒருமுறையே ஒரு பழத்தைச் சாப்பிட்டு உயிர் வாழ்ந்தனர் என்றும் புராணங்களிலும், இலக்கியங்களிலும் படித்திருக்கிறோம். இது எப்படி சாத்தியம்? ஒருவேளை உணவைக் கூட, நம்மால் தவிர்க்க முடியவில்லையே என்று சிலர் அங்கலாய்க்கலாம். ஆனால் இதன் அடிப்படையில் அந்தத் தவமுனிவர்கள் யோகாவும், தியானமும் செய்ததோடு முத்திரைகளையும் இணைத்துக் கொண்டனர் என்பதை அறிய வேண்டும்.

இராமாயணக் காட்சி ஒன்றைப் பார்ப்போம்

தாடகையை வதம் செய்வதற்காக விஸ்வாமித்திரர் ராம லட்சுமணர்களை அழைத்து வருகிறார். அந்தக் காடு பாலைவனம் போலக் காட்சி அளிக்கிறது. பொட்டல் வெளி, சூரியன் சுட்டெரிக்கிறது. ஒரு மரம் கூட இல்லை, நிழல் இல்லாத நிலையில் நெருப்பாகச் சுட்டு எரிக்கும் வெயிலில் துன்பம் என்பதையே அறியாத ராஜகுமாரர்களை முனிவர் அழைத்து வருகிறார். அவருக்கு வேண்டுமானால் காட்டின் துன்பங்கள் பழகிப் போயிருக்கலாம். ஆனால் தசரத ராஜகுமாரர்கள் பசியாலும், தாகத்தினாலும் வெயிலில் கிடக்கும் கீரைத்தண்டு போல துவண்டு போய்விடுகிறார்கள்.

இதைக்கண்ட விஸ்வாமித்திரர் அவர்கள் இருவருக்கும் பலா, அதிபலா ஆகிய மந்திரங்களை முத்திரைகளோடு கற்றுத் தருகிறார். இந்த மந்திரத்தை உச்சரித்ததன் மூலமாக ராமலட்சுமணர்கள் தாகத்தையும், பசியையும் தாங்கும் ஆற்றல் பெற்றனர் என்கிறது வால்மீகி ராமாயணம்.

முனிவர்கள் இந்த வகையில் தான் தங்கள் உடலில் இருக்கும் பஞ்ச பூதங்களை வெற்றி கொண்டு அடக்கி ஆண்டனர். அவர்களால் பசியையும், தாகத்தையும் தாங்கிக் கொள்ள முடிந்தது. நோய்கள் அணுகாமல் தங்கள் உடலை

வச்சிரம் போல வைத்துக்கொள்ள முடிந்தது. திருமூலர் மனித உடலில் 3000 வருடங்கள் வாழ்ந்திருக்கிறார் என்பதை எண்ணிப் பாருங்கள். யோகம் மற்றும் முத்திரை ஆகிவற்றின் அபாரமான ஆற்றல் என்ன என்பது புலப்படும்.

முத்திரைகள் நோய்களைக் குணப்படுத்தவும், உடலின் ஆற்றலை மேம்படுத்தவும், உள்ளத்தில் கவலைகளைப் போக்கி உற்சாகம் தருவதற்கும் பெரிதும் உதவுகின்றன. நமது உடலில் செயல்படும் ஐம்பூதத் தத்துவங்களையும் சமநிலைப்படுத்த முத்திரைகளால் முடிகிறது. மேலும் இந்த முத்திரைகள் பஞ்சபூதங்களைக் கட்டுப்படுத்துவதற்கும், அதிகமானால் குறைப்பதற்கும், குறைந்தால் நிவர்த்தி செய்வதற்கும் ஆற்றல் பெற்றுள்ளன. ஆகவே ஐம்பூதங்களின் குறைபாட்டினால் ஏற்படும் நோய்களை முத்திரைகள் சீக்கிரமாகவே தீர்த்து விடுகின்றன.

பஞ்ச தத்துவங்களும் சமநிலைக்கு வரும் போது உடலும் உள்ளமும் நமது ஆத்மாவும் வெகு எளிதாக பிரபஞ்ச சக்தியுடன் இணைய முடிகிறது. தொடர்ந்து செய்யப்படும் முத்திரைப் பயிற்சிகள் நமது உடலில் நுண்ணிய மாறுதல்களை உண்டாக்குகின்றன.

முத்திரைகளை ஒரே இடத்தில் உட்கார்ந்த வண்ணம் தான் செய்ய வேண்டும் என்ற நியதி இல்லை. சில முத்திரைகளை நடக்கும் போதும், நிற்கும் போதும், ஏன் பயணங்களின் போதும் கூட முறையாக ஆர்வத்தோடு செய்து பயன் பெறலாம். இது தான் முத்திரைகளின் தனிச்சிறப்பு.

முத்திரை பற்றிய கலையை தத்வயோகா என்று அழைக்கின்றனர்.

யோக முத்திரைகள் செய்வதற்குத் தூய்மையும் அமைதியும் நிறைந்த இடத்தில் உடலை தளர்த்தி இரண்டு கைகளையும் முழங்கால் மீது தளர்வாக வைத்து யோக முத்திரைகளைப் பிடிக்க வேண்டுமென தன்வந்திரி குறிப்பிடுகிறார்.

யோக முத்திரைகள்

மோகினி முத்திரை, சோபினி முத்திரை, திருவினி

முத்திரை, யோனி முத்திரை, அபான முத்திரை, சுவகரண முத்திரை முதலிய ஆறு முத்திரைகளையும் ”சித்தியுள்ள முத்திரைகள் ஆறு” என்கிறார் தன்வந்திரி.

மோகினி முத்திரை
சோபினி முத்திரை
திருவினி முத்திரை
யோனி முத்திரை
அபான முத்திரை
சுவகரண முத்திரை

முத்திரை வகைகள்

1. சின் முத்திரை
2. அனுசாசன் முத்திரை
3. கருட முத்திரை
4. முகுள முத்திரை
5. சுரபி முத்திரை
6. சங்கு முத்திரை
7. குபேர முத்திரை
8. சுவகரண முத்திரை
9. யோனி முத்திரை
10. அபான முத்திரை
11. மோகினி முத்திரை
12. சோபினி முத்திரை
12. ஞான முத்திரை
13. வாயு முத்திரை
14. சூரிய முத்திரை
15. பிராண முத்திரை
16. பச்சன் முத்திரை
17. லிங்க முத்திரை
18. அபான வாயு முத்திரை
19. வருண முத்திரை
20. ஹாசினி முத்திரை
21. பிருதிவி முத்திரை
22. பூதி முத்திரை
23. தியானி முத்திரை
24. வஜ்ஜிர பத்ம முத்திரை

எனப் பலவகையான யோக முத்திரைகள் யோக கலையில் உள்ளன.

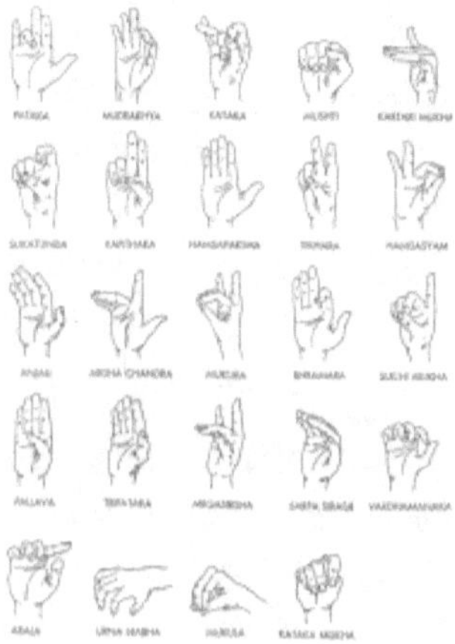

9. யோகச் சக்கரங்களும் விரல்களும்

நமது உடலில் முதுகந்தண்டினை ஒட்டியவாறே கீழே இருந்து மேலாக சக்கர மையங்கள் இருப்பதை யோக நூல்கள் தெரிவிக்கின்றன. ஆசனவாய் தொடங்கி, நெற்றியில் இரண்டு புருவங்களுக்கு மத்தி வரையில் ஆறு சக்கரங்கள் செயல்படுகின்றன. அவை முறையே மூலாதாரம், மணிபூரகம், சுவாதிஷ்டானம், அனாகதம், விசுத்தி, ஆக்ஞா என்பவை. தலை உச்சியில் இருப்பது சஹஸ்ரார சக்கரம். இது ஏழாவது சக்கரம்.

இந்த யோகச் சக்கரங்களைப் பற்றி சுருக்கமாகத் தெரிந்து கொள்வோம்.

மூலாதாரச் சக்கரம்: இது மலத்துவாரத்திற்கும், சிறுநீர் துவாரத்திற்கும் இடையில் முதுகெலும்பின் அடிப்பகுதியில் அமைந்திருக்கிறது.

ஆண்களின் சுக்கிலத்துடனும், பெண்களின் சுரோணிதத்துடனும் தொடர்புடைய பாலுணர்வு சக்கரம் இது. மேலும் இந்தச் சக்கரம் தெய்வீக சக்திகளின் இருப்பிடமான குண்டலினி சக்தியின் இருப்பிடமாகும். பிராண சக்திக்கும் அபாரமான ஆற்றலுக்கும் அடிப்படையாக உள்ள காரணத்தினால் இது மூலாதாரச் சக்கரம் எனப்படுகிறது. இது அன்னமய கோசத்துடனும், அபான வாயுவுடனும் தொடர்புடையது.

சுவாதிஷ்டானச் சக்கரம்: ஆண் பெண்களின் பிறப்பு உறுப்பின் மேல் பாகத்தில் முதுகந்தண்டின் திரிகமுள் எலும்பின் மேல் பகுதியில் அமைந்திருக்கிறது. ஆண் பெண் பிறப்பு உறுப்புக்களைக் கட்டுப்படுத்தும் ஆற்றல் உடைய இது, இயங்குவதால் குண்டலினி சக்தியின் கர்மவினை மாசுகள் நீக்கப்பட்டு, புதுவித சக்தியோடு மேல்நோக்கி நகரும். தொப்புள் கொடியின் உறவைப் பற்றிய முற்பிறவி பற்றிய நினைவுகளைச் சேமித்து வைக்கும் கிடங்காக இந்தச் சக்கரம் இருக்கிறது. இது பிராணமய கோசத்துடனும், அபான வாயுவுடனும் தொடர்புடையது.

மணிபூரகச் சக்கரம்: தொப்புளுக்கு நேர் பின் பகுதியில் முதுகெலும்பில் இந்தச் சக்கரம் அமைந்திருக்கிறது. இது அட்ரினல் சுரப்பியோடு தொடர்புடையது. சிறுநீரகம், வயிறு, பித்தப்பை, கணையம் போன்ற உறுப்புக்களை இந்தச் சக்கரம் கட்டுப்படுத்துகிறது. சூரிய சக்கரத்தோடு இது தொடர்புடையது. ஆகவே இங்கே அதிக அளவில் பிராணசக்தி சேமித்து வைக்கப்படுகிறது. இந்தச் சக்கரம் பிராணமய கோசத்துடனும், சமான வாயுவுடனும் தொடர்பு கொண்டது. இந்தச் சக்கரம் சரியாக இயங்கவில்லை என்றால் சிறுநீரகக் கோளாறுகள், நீரிழிவு நோய், இரத்த அழுத்த நோய் ஆகியவை ஏற்படும்.

அநாகதச் சக்கரம்: மார்பின் நடுப்பகுதிக்கு நேராக முதுகெலும்பில் இது அமைந்திருக்கிறது. தைமஸ் சுரப்பியோடு தொடர்புடைய இந்தச் சக்கரம், இதயத்தையும், நுரையீரல்களையும் கட்டுப்படுத்துகிறது. இது மனோமயக் கோசத்துடனும், பிராணவாயுவுடனும் தொடர்பு கொண்டது.

விசுத்திச் சக்கரம்: இது தொண்டைக்குழிக்கு நேராக

கழுத்தின் பின்புறத்தில் அமைந்துள்ள சக்கரம். தைராய்டு, பாரா தைராய்டு சுரப்பிகளோடு தொடர்புடையது. இது சரியாக வேலை செய்யாவிட்டால் உடல் பருக்கும், அல்லது இளைக்கும், உடல் இளமையை இழக்கும், முதுமையாகத் தோன்றும். கண்கள், காதுகள், உணவுக்குழல், மூச்சுக்குழல், மூக்கு, தொண்டை ஆகிய உறுப்புக்களை இது கட்டுப்படுத்துகிறது. இது விஞ்ஞானமய கோசத்துடனும், உதானவாயுவோடும் தொடர்புடைய யோக சக்கரம்.

ஆக்ஞா சக்கரம்: பீனியல் சுரப்பியோடு தொடர்புடையதாகக் கருதப்படும் இந்தச் சக்கரம், இரண்டு புருவங்களுக்கு மத்தியில் அமைந்திருக்கிறது. மனதுடன் தொடர்புடைய இந்த யோகச்சக்கரம், தூண்டப்படும் போது மனம் நமது கட்டுப்பாட்டில் சொன்னதைக் கேட்டுக்கொண்டு அடங்கி நிற்கும். உடலில் பிராண சக்தி அதிகப்படும். இது நன்றாக இயங்காதவர்களுக்கு மனநிலைக் கோளாறுகள் ஏற்படும், நினைவாற்றல் குறைந்து போகும்.

சஹஸ்ராரச் சக்கரம்: தலையின் உச்சியில் சுழுமுனை நாடியின் மேல் பகுதியில் இது அமைந்திருக்கிறது. பிட்யூட்ரி சுரப்பியோடு தொடர்புடைய இந்தச் சக்கரம் தான் உடலின் அனைத்து இயக்கங்களையும் கட்டுப்படுத்துகிறது. இது மகாபிராணனுடனும், ஆனந்தமய கோசத்துடனும் தொடர்பு உடையது.

இதுவரையில் நமது உடலில் சூட்சுமமாக அமைந்திருக்கும் யோகச் சக்கரங்களைப் பற்றித் தெரிந்து கொண்டோம். இப்போது இந்தச் சக்கரங்களோடு தொடர்புடைய விரல்களைப் பற்றி அறிந்து கொள்வோம்.

பெருவிரல்	–	மணிபூரகம்
சுட்டு விரல்	–	அநாகதம்
நடுவிரல்	–	விசுத்தி
மோதிரவிரல்	–	மூலாதாரம்
சுண்டுவிரல்	–	சுவாதிஷ்டானம்

முதல் ஐந்து சக்கரங்களை ஐந்து விரல்களை

இயக்குவதன் மூலமாக பலவிதமான முத்திரைகளைச் செய்து கட்டுப்படுத்தலாம். மற்ற இரண்டு சக்கரங்களான ஆக்ஞா சக்கரத்தையும், சஹஸ்ராரச் சக்கரத்தையும் விரல்களின் நிலைகளைக் கொண்டு கட்டுப்படுத்த முடியாது. ஏன் என்றால் அவைகள் உயர்நிலைச் சக்கரங்கள். இந்தச் சக்கரங்களை நாம் முத்திரைகளின் மூலமாகச் சீர் செய்ய முடியாது.

உடல் இயங்குவதற்குத் தேவையான ஆற்றலை உற்பத்தி செய்து தருபவை இந்தச் சக்கரங்களே. இவற்றை சக்தி மையங்கள் என அழைக்கிறோம். நாம் மேலே சொன்னவை ஏழு முதன்மையான சக்கரங்கள். இவை தவிர துணைச் சக்கரங்கள், சிறு சக்கரங்கள் என்று இருக்கின்றன. நமது உடலில் உள்ள மொத்தச் சக்கரங்களின் எண்ணிக்கை *28,000* என்று யோக சாஸ்திர நூல்கள் தெரிவிக்கின்றன.

யோகச் சக்கரங்கள் ஆரோக்கியமாக இருந்தால் நமது உடலும் நோய்நொடி இல்லாமல் ஆரோக்கியமாக இருக்கும். சக்கரங்களில் தடைகளோ, சக்தி தேக்கமோ ஏற்படும்போது அவை நோயாக வெளிப்படும். நோயில்லாமல் நலமாக வாழ இந்த யோகச் சக்கரங்கள் நன்றாக இயங்குவது அவசியம்.

நமது உடலில் உள்ள யோகச் சக்கரங்களுக்கும், கைகளில் உள்ள விரல்களுக்கும் நெருங்கிய தொடர்பு உண்டு. விரல்களைக் குறிப்பிட்ட விதத்தில் வைத்துக் கொள்வதன் மூலமாக நம்மால் யோகச் சக்கரங்களை இயக்க முடியும். இதைத்தான் நமது முன்னோர் முத்திரைகள் என்று குறிப்பிட்டனர். முத்திரைகளின் மூலமாக சக்கரங்களைச் சீர் செய்து ஆரோக்கியமான நல்வாழ்வைப் பெறுவது சாத்தியமே.

10 யோக முத்திரைகளின் அபார ஆற்றல்

யோக முத்திரைகளைச் செயல் படுத்துவதில் விரல்களே பிரதானமாக இருக்கின்றன. தன்வந்திரி வைத்தியம் 1000 என்ற நூல் இது குறித்து கூறுவதைப் பார்ப்போம்

முத்தியுள்ள கரத்தின் விரல் மகிமை தன்னை
முக்கியமுடன் சொல்லுகிறேன் நன்றாய்க் கேளு
பத்தியுள்ள அங்குட்டம் பெருவிரலால் நிற்கும்
பதிவாக அடுத்த விரல் தர்ச்சினையாம் மைந்தா
சித்தமுள்ள நடுவிரல் தான் மத்திமையா நிற்கும்
திறமான பவுத்திரம்தான் அனாமிகையாய் நிற்கும்
சுத்தமுள்ள சுண்டுவிரல் கனுட்டிகையாய் நிற்கும்
சுகமாக இதை அறிந்து முத்திரையும் செய்யே

அதாவது விரல்களின் மகிமைகளை நீ தெரிந்து கொள்ளும் விதமாக நான் எளிமையாகச் சொல்கிறேன் சீடனே கேள் என்கிறார் தன்வந்திரி மகரிஷி.

பெருவிரலை அங்குஷ்டம் என்றும், அதற்கு அடுத்த விரலை தர்ச்சினை என்றும், நடுவிரலை மத்திமை என்றும், பவுத்திர விரலை அனாமிகை என்றும், சுண்டுவிரலை கனுட்டிகை என்றும், சீடனே அறிந்து கொண்டு முத்திரைகளைச் செய்து பயன் அடைய வேண்டும் என்கிறார் அவர்.

விரல்	**வேறு பெயர்**	**பூதங்கள்**
பெருவிரல்	அங்குட்டம்	நெருப்பு
சுட்டுவிரல்	தர்ச்சினை	காற்று
நடுவிரல்	மத்திமை	ஆகாயம்
மோதிரவிரல்	அனாமிகை	நிலம்
சுண்டுவிரல்	கனுட்டிகை	நீர்

முத்திரைகளைப் பிரம்ம முகூர்த்தத்தில் தூய்மையான அமைதியான அறையில் அமர்ந்துகொண்டு, நிமிர்ந்த நிலையில் தலை, கழுத்து, முதுகு ஆகியவை ஒரே நேர்க்கோட்டில் வைத்தபடி மன ஒருமைப்பாட்டுடன் செய்யவேண்டும் என்று மற்றொரு பாடலில் விளக்குகிறார்.

முத்திரைகளைச் செய்வதற்கு முன்னால் சித்த புருஷர்களின், குருமார்களின் ஆசி நிச்சயம் வேண்டும். அப்போது தான் நாம் முழுமையான நல்ல பலன்களை அடைய முடியும். ஆகவே இந்த முத்திரைகளைச் செய்யும் போது அதற்குரிய மந்திரங்களையும் மனத்தில் செபிக்க வேண்டும். அதோடு

சித்தியுள்ள முத்திரைகள் ஆறுக்குந்தான்
சிவாயகுரு முத்திரையைச் சொல்லக் கேளு
பத்தியுடன் சொல்லுகிறேன் புருவமத்தி
பதிவாக இருகரமும் ஒன்றாய்க் கூட்டி
சுத்தமுடன் லாடவிழி கண்ணின் நேரே
தொழுதுமனம் நினைத்தபடி சுத்தமாக
முத்தியுடன் வரங்கொடுக்க வேண்டும் என்று
மோனமுடன் மனோன்மணியை தியானம் பண்ணு

தன்வந்திரி 1000

என்கிறார். சித்திகளைப் பெறுவதற்காக முத்திரைகளைச் செய்யும் போது மூலாதாரமாய் உள்ள சிவாயகுரு முத்திரையைச்

சொல்கிறேன். சீடனே கேட்டுக்கொள், இரண்டு கரங்களையும் ஒன்றாகக் குவித்து, புருவ மத்திக்கு சமீபமாக வைத்து கண்களை மூடிக்கொண்டு முத்தியுடன் வரங்கள் வேண்டும் என்று மனோன்மணித் தாயை வேண்டிக்கொண்டு அந்த ஆறு முத்திரைகளையும் செய்ய வேண்டும் என்றும் தெரிவிக்கிறார்.

அந்த ஆறு முத்திரைகளும் குடும்ப வாழ்க்கையில் ஈடுபடுவர்களுக்குத் தேவையில்லை. அது குருமூலமாக உபதேசம் பெற்று, இல்லற வாழ்வைத் துறந்து, சித்திகளும், முத்தியும் பெற நினைப்பவர்களுக்கு மிக முக்கியமானதாகச் சொல்லப்பட்டுள்ளது. ஆகவே அதை நான் இங்கே குறிப்பிடவில்லை. இந்தச் சித்தர் பாடலில் இருந்து நாம் அறிந்து கொள்ள வேண்டிய தகவல் என்னவென்றால், யோக முத்திரைகளைச் சரியான குருவின் மேற்பார்வையில் செய்து வந்தால் அஷ்டமாசித்துக்களோடு, முத்தியும் கிடைக்கும் என்பதைத்தான்.

யோகா என்பது ஒழுக்கத்தைக் குறிக்கிறது. இது உடலையும் உள்ளத்தையும் இணைக்கும் பாலமாகவும் செயல்படுகிறது. மேலும் நமது ஆத்மாவை உயர்ந்த தளங்களுக்குக் கொண்டு சென்று இறைசக்தியை அறிந்துகொள்ளப் பெரிதும் உதவுகிறது.

உடல் அளவில் முறையாகச் செய்யப்படும் யோகாவினால் மூளை சீரான இரத்த ஓட்டத்தை நாள் முழுவதும் பெற்று களைப்படையாமல் வேலை செய்யும். புத்துணர்ச்சியோடு செயல்படும். யோகாவினால் மூளையின் செயல்திறன் அதிகமாகும். யோகாவின் அங்கமான பிராணாயாமம், தியானம் ஆகியவற்றை முத்திரைப் பயிற்சிகளோடு இணைத்து செய்தால் நாம் அபரிமிதமான பலன்களைப் பெறலாம். இதை உறுதிப்படுத்துவது போல நடந்த ஒரு நிகழ்ச்சியைத் தெரிந்து கொள்ளலாம்.

ஒருநாள் இரவு தொலைபேசி மணி அடித்தது. அப்போது தான் நான் இரவு வேலைகளை முடித்துக்கொண்டு பிரார்த்தனை செய்து விட்டு, தூங்குவதற்காகப் படுக்கைக்குப் போனேன்.

தொலைபேசியில் எனது யோகப் பயிற்சிப் பள்ளியைச் சேர்ந்த ஒரு மாணவர் பேசினார். 67 வயதான மேரி என்ற பெண்மணி தனது வீட்டின் படிக்கட்டில் தவறி விழுந்து

விட்டார். இப்போது மருத்துவமனையில் சேர்க்கப்பட்டுள்ளார். அவருடைய உடலில் பல எலும்புகள் முறிந்து விட்டன. வலது தோள்பட்டை எலும்பு மூன்று இடங்களில் நொறுங்கி இருக்கிறது என்று அவர் தெரிவித்தார்.

நான் மறுநாள் மருத்துவமனைக்குச் சென்று அந்தப் பெண்மணியைப் பார்த்தபோது ஒன்பது இடங்களில் டைட்டானியம் தகடுகள், வைத்து அறுவை சிகிச்சை செய்யப்பட்டு இருந்தார். மூட்டுக்களை மாற்றி இருந்தார்கள். மிகக் குறைந்த அளவே அவரால் உடலை அசைக்க முடிந்தது. தாங்க முடியாத வலியின் காரணமாக அவர் கண்கள் கண்ணீரைச் சிந்தின.

அவர் எனது பள்ளியில் எட்டு வருடங்களுக்கும் மேலாக யோகப் பயிற்சிகளைச் செய்து வருகிறார். யோகாவில் நல்ல அனுபவம் உள்ள அவருக்கு நான் மருத்துவ சிகிச்சைகளோடு யோக சிகிச்சையும் தருவதற்கு விரும்பினேன்.

அதன் மூலமாக அவரது உடல் ஆரோக்கியத்தை விரைவாகத் திரும்பப் பெற முடியும் என்ற நம்பிக்கை எனக்கு இருந்தது. இதை அவரிடம் தெரிவித்த போது அவரும் சந்தோஷத்தோடு ஒப்புக்கொண்டார். அவரது உடல்நிலை எந்த யோகப்பயிற்சியையும் செய்வதற்கு ஒத்துழைக்கும் நிலையில் இல்லை. அவரால் சில வாரங்களுக்கு படுக்கையை விட்டு அசைய முடியாது.

அவருடைய பொதுவான உடல் ஆரோக்கியத்தை முதலில் அதிகப்படுத்த வேண்டும். அதற்குப் பிறகு கொஞ்சம் கொஞ்சமாக வலியைக் குறைக்க வேண்டும், அதற்குப் பிறகு எலும்புகளை இணையவைக்கும் முயற்சிகளில் ஈடுபடவேண்டும் என்று நான் திட்டமிட்டேன்.

அறுவை சிகிச்சை நடந்த இரண்டு வாரங்களுக்குப் பிறகு நான் அவரை யோகப் பயிற்சிகளில் ஈடுபடவைத்தேன். முதலில் நான் முத்திரைகளை மட்டுமே செய்யச் சொன்னேன். முத்திரைகள் உடல் பலத்தைப் பெருக்குகின்றன, மனதை

உற்சாகமாக வைக்கின்றன, நல்லது நடக்கும் என்ற நம்பிக்கையை அதிமாக்குகின்றன, இது என்ன பெரிய கஷ்டம் சமாளித்து விடலாம் என்ற தைரியத்தைத் தருகின்றன.

அந்தப் பெண்மணி கட்டிலில் சில நேரங்களில் படுத்தபடியும், சில நேரங்களில் உட்கார்ந்து கொண்டும் முதலில் முத்திரைப் பயிற்சிகளைச் செய்ய ஆரம்பித்தார். முத்திரைப் பயிற்சிகள் அவரது உடல் ஆரோக்கியத்தை மேம்படுத்தின. அடுத்த ஆறு வாரங்களில் வாரத்திற்கு இரண்டு முறை நான் அவரை யோகப் பயிற்சிகளில் ஈடுபட வைத்தேன்.

இதன் காரணமாக அவர் மருத்துவர் சொன்ன கால அவகாசத்திற்கு ஒரு மாதம் முன்னதாகவே பூரண குணம் அடைந்தார். முத்திரைகளும், யோகப் பயிற்சிகளும் செய்ய ஆரம்பித்த இரண்டு நாட்களிலேயே அவர் உடல்வேதனை பாதியாகக் குறைந்து விட்டது. யோகாவின் இந்த அற்புதத்தை நவீன மருத்துவர்களால் நம்பவே முடியவில்லை.

இவ்வாறு முத்திரைகளின் மேலான அற்புதத்தைத் தனது சிகிச்சையில் உபயோகித்து வெற்றி கண்டவர், ஒரு யோகா சிகிச்சை நிபுணர் அவர்தான்.

அமெரிக்காவில் நியூயார்க் நகரத்தில் பல வருடங்களாக இந்திய யோகா பயிற்சி வகுப்புக்களை நடத்தி ஆயிரக்கணக்கான மாணவ மாணவிகளின் வாழ்க்கையில் நம்பிக்கையும், உற்சாகமும் அளித்துவரும் கேரன் ஷ்வாரட்ஸ் என்ற பெண்மணி.

இவர் தன்னுடைய 67 வயது மாணவிக்கு ஒரு விபத்தில் உடல் எலும்புகள் முறிந்தபோது யோகாவையும், முத்திரைகளையும் கற்றுக் கொடுத்தார். அதனால் உடல் எலும்புகள் சீக்கிரமாகவே கூடின, வலியும் உபாதையும் வெகுவாகக் குறைந்தது. நவீன மருந்துகள் மற்றும் மாத்திரைகளினால் செய்ய முடியாத அதிசயத்தை யோக முத்திரைகள் செய்திருக்கின்றன என்பதை இந்த நிகழ்ச்சி உறுதியாக்குகிறது.

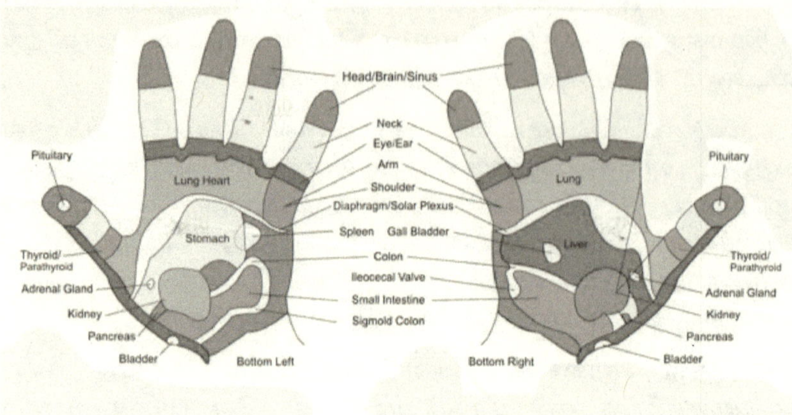

11. சக்திப் புள்ளிகள்

கரங்களினால் செய்யப்படும் முத்திரைகள் ஹஸ்த முத்திரைகள் எனப்படும். கைகளின் துணைகொண்டு விரல்களின் மூலமாகச் செய்யப்படும் முத்திரைகள் ஆயுர்வேதத்தில் மிக முக்கியமானவை. நமது ஐந்து விரல்களும் பஞ்ச மகாபூதங்களோடு தொடர்புடையவை. வேதகாலத்தின் அறுவை சிகிச்சை மருத்துவரான சுஸ்ருதர் மனித உடலை ஆறு பெரும் பகுதிகளாகப் பிரித்திருக்கிறார். இரண்டு கைகள், இரண்டு கால்கள், உடம்பு, தலை என்பவை அந்த ஆறு பிரிவுகள். இவைகள் ஷட் அங்கா என்று வடமொழியில் வழங்கப்படுகின்றன. ஷட் என்ற சொல் ஆறு என்ற எண்ணையும், அங்கா என்ற சொல் உறுப்பையும் குறிக்கும்.

எண்சாண் உடம்புக்கு சிரசே பிரதானம். ஆகவே மனித உடலின் தலை

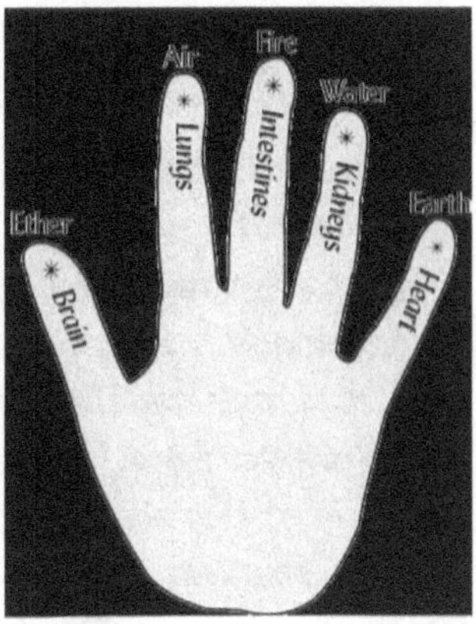

என்பது ஆகாய தத்துவத்தையும், கழுத்து மற்றும் மார்பு ஆகியவை வாயுவையும், வயிறு நெருப்பு தத்துவத்தையும், அடிவயிறு தண்ணீர் தத்துவத்தையும், கைகளும் கால்களும் மண் தத்துவத்தையும் குறிப்பதாக அவர் எழுதி வைத்திருக்கிறார்.

அனைத்து நாடிகளும் மூளையில் இருந்து ஆரம்பித்து விரல்களின் முனையில் வந்து முடிகின்றன. ஆகவே நமது கட்டைவிரல் மூளையைக் குறிக்கிறது, அதாவது அது ஆகாயத் தத்துவம். ஆள்காட்டி விரல் நுரையீரலைக் குறிக்கிறது, இது வாயு தத்துவம். இவ்வாறே நடுவிரல் நம்முடைய குடல்கள், வயிறு ஆகியவற்றைக் குறிக்கிறது. ஆகவே இது நெருப்பு தத்துவம். மோதிரவிரல் சிறுநீரகத்தைக் குறிக்கிறது, நீர் தத்துவம். கடைசியாகச் சுண்டுவிரல் இதயத்தையும், இரத்த ஓட்டத்தையும் குறிக்கிறது, இது நில தத்துவம்.

முதல் சரியாக அமைந்தால் முடிவும் சரியாகவே அமையும் என்பதைப் போல ஹஸ்த முத்திரைகளை ஒருவர் சரியாகப் பயிற்சி செய்து நடைமுறைப்படுத்துவதன் மூலமாக அவர் தனது உடலில் உள்ள நாடிகளை அல்லது பிராணனை அதாவது உயிர்ச்சக்தியைச் சரியான பாதைகளில் செலுத்த முடியும். இதன் மூலமாக உடலில் உள்ள பஞ்ச தத்துவங்களை சமநிலைப்படுத்தி உடல் ஆரோக்கியத்தைப் பெறமுடியும். எண்ணியதை எண்ணியாங்கு எய்த முடியும்.

நம் உடலை இயக்கும் உயிர்ச்சக்தியானது, 14 முக்கிய சக்தி ஓட்டப்பாதைகளின் வழியாக உடல் முழுவதற்கும் எடுத்துச் செல்லப்படுகிறது. இந்தப் பாதைகள் உடலின் முன்புறம் ஒன்றும், உடலின் பின்புறம் ஒன்றும் என இரண்டு விதமாக அமைந்து உடலை இயக்குகின்றன.

இந்த இரண்டு பாதைகள் போக, மீதி உள்ள 12 சக்தி ஓட்டப் பாதைகளில் நமது விரல்களில் மட்டும் ஆறு

சக்திப்பாதைகளும், கால்களில் ஆறு சக்தி ஓட்டப்பாதைகளும் செல்கின்றன.

உடலின் உள்ளே இருந்து தொடங்கும் சில சக்தி ஓட்டங்கள் விரல்களின் நுனியில் வந்து முடிகின்றன. சில பாதைகள் இதற்கு எதிராக விரல் நுனியில் தொடங்கி உள் உறுப்புக்களில் முடிகின்றன. விரல் நுனிகளில் காணப்படும் இந்த சக்தி ஓட்டப்பாதைகள் மிக மிக ஆற்றல் மிகுந்தவை. விரல் நுனிகளை நாம் முத்திரைகள் செய்யும் போது இணைக்கிறோம் அல்லவா? அப்போது இரண்டு சக்தி ஓட்டப்பாதைகளும் இணைகின்றன. இதன் காரணமாக உள் உறுப்புக்களில் பலவிதமான நல்ல மாறுதல்கள் ஏற்படுகின்றன.

விரல் நகங்களின் அருகே மூன்று சக்தி ஓட்டப்பாதைகள் தொடங்குகின்றன. இவ்வாறே மூன்று சக்தி ஓட்டபாதைகள் விரல் நுனிகளின் அருகே முடிவடைகின்றன. இந்த ஆரம்பப்புள்ளிகள் அல்லது முடியும் புள்ளிகளை அக்குபஞ்சர் மருத்துவத்தில் ஜிங்வெல் புள்ளிகள் என்று குறிப்பிடுகின்றனர். பூமியின் ஒரு இடத்தில் நீருற்று இருந்து அதில் இருந்து தண்ணீர் பெருக்கெடுத்துப் பாய்வதைப்போல இந்த சக்திப் புள்ளிகளில் இருந்து ஆற்றல் உற்சாகத்தோடு பெருக்கெடுத்துப் பாய்வதை இந்தப் பெயர் சுட்டுகிறது.

முத்திரைகளைத் தேர்ந்தெடுத்து அளவான கால முறைப்படி, சரியாகச் செய்யும் போது இந்தச் சக்திப் புள்ளிகள் தூண்டப்படுகின்றன. இதன் மூலமாக உடலின் உள் உறுப்புக்களின் இயக்கம் சீராக்கப்படுகிறது, அவைகள் போதுமான ஆற்றல் பெறுகின்றன, குறைந்த சக்தியின் அளவு அதிகமாகிறது, இந்த வகையில் நோய் குணமாகி விடுகிறது. இதைத் தான் நாம் மேலே ஒரு அமெரிக்க யோக சிகிச்சை நிபுணரின் வாழ்க்கையில் நடந்த நிகழ்ச்சியின் மூலமாகத் தெரிந்து கொண்டோம்.

முத்திரைகளை நன்றாகக் கற்றுக் கொண்டு அவைகளைத் தொடர்ந்து செய்வதன் மூலமாக சக்திப் புள்ளிகள் அழுத்தத்தினாலும், தொடு உணர்வினாலும், தூண்டப்படுகின்றன. அழுத்தத்தை விட தொடு உணர்வே

மிகச் சக்தி வாய்ந்தது என்று இந்தத் துறையைச் சார்ந்த வல்லுனர்கள் நம்புகின்றனர்.

நாம் புதிதாக ஒருவரைப் பார்த்ததும் கை குலுக்குகிறோம் அல்லவா? அப்போது என்ன நடக்கிறது? நமது உள்ளங்கையில் உள்ள சக்திப் புள்ளிகள் தூண்டடப்படுகின்றன. இதனால் நாம் உற்சாகமும், புத்துணர்ச்சியும் அடைகிறோம். ரிப்ளெக்ஸ்சாலஜி என்ற மருத்துவ முறைப்படி இந்தப் புள்ளிகளைத் தூண்டுவதன் மூலமே நோய்களைக் குணப்படுத்துகின்றனர்.

முத்திரைகளைப் பத்மாசனத்திலும், வஜ்ராசனத்திலும் செய்யும்போது அதிகப் பலன் பெறலாம். ஆகவே அந்த ஆசனங்களைச் செய்யும் முறையைப் பற்றிச் சுருக்கமாகத் தெரிந்து கொள்வோம்.

Hand Reflexology Chart

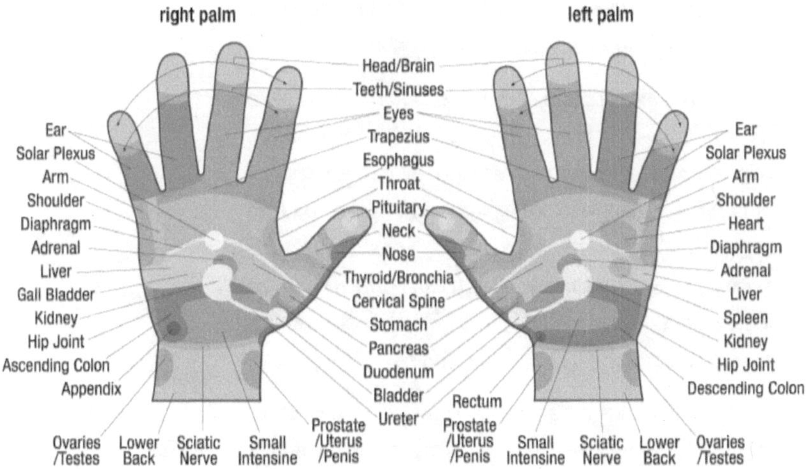

12. பத்மாசனம்

பத்மம் என்றால் தாமரை, இதைச் செய்யும் போது தாமரை மலர் விரிந்திருப் பதைப் போலத் தோற்றம் ஏற்படுவதால் இதற்கு இந்தப் பெயர் வந்தது.

தாமரை மலருக்கும் கடவுளர்களுக்கும் மிகப்பலமான தொடர்பு உண்டு. மலர்மிசை ஏகினான் என்ற திருக்குறளுக்கு தாமரை மலரில் வீற்றிருக்கும் இறைவன், புத்தன், சிவன், திருமால், மகாலட்சுமி என்றே அத்தனை உரையாசிரியர்களும் பொருள் சொல்வதில் இருந்தே அந்த உண்மையை நாம் அறியலாம்.

வெள்ளைத் தாமரை மலரில் வீற்றிருப்பவள் சரஸ்வதி என்றால், சிவந்த தாமரை மலரில் வீற்றிருப்பவளும், கையில் அதனை ஏற்று இருப்பவளும் மகாலட்சுமி. சிவபெருமானின் இடப்பக்கத்தில் வீற்றிருக்கும் அன்னை பராசக்திக்கு உடலே

தாமரை மலராக இருக்கிறது. இதை நான் சொல்லவில்லை, அபிராமி பட்டர்,

அருணாம் புயத்தும் என் சித்தாம்புயத்தும் வீற்றிருக்கும்
தருணாம் புயமுலைத் தையல் நல்லாள் தகைசேர் நயனக்
கருணாம்புயமும்; வதனாம் புயமும் கராம்புயமும்
சரணாம்புயமும் அல்லால் கண்டிலேன் வேறொரு தஞ்சமுமே

அம்புயம் என்றால் தாமரை மலர் என்று பொருள். தண்ணீரில் உள்ள தாமரை மலரிலும் எனது உள்ளத்தாமரையிலும் வீற்றிருக்கும் அன்னை அபிராமியின் தனங்கள் தாமரை மொக்கைப்போல இருக்கின்றன. அவளது கண்களோ தாமரை, அது இருக்கும் முகமோ முகத்தாமரை, அவளது கைகளோ செந்தாமரை, நான் வணங்கும் அவளது பாதங்களோ சிவந்த தாமரை என்கிறார் அவர். இப்படி தெய்வங்களோடு மிக நெருக்கமான தொடர்பு மலர்களில் தாமரைக்கு மட்டுமே உண்டு. அதனால் தான் அதனைத் தெய்வமலராக எண்ணி வழிபாடுகளில் அதிக அளவில் பயன்படுத்துகிறோம்.

பூவிற்குத் தாமரையே பொன்னுக்கு சாம்புநதம்
ஆவிற்கு அருமுனி ஆ யானைக்கு அமரர் உம்பல்

என்று ஒரு பழம்பாடல் உண்டு. பூவில் சிறந்தது தாமரை, நால்வகைப் பொன்னில் சிறந்தது சாம்புநதம், பசுக்களில் சிறந்தது காமதேனு, யானைகளில் சிறந்தது தேவேந்திரனின் வெள்ளை யானையான ஐராவதம் என்பது இதன் பொருள்.

அதனால் தான் தியானம் செய்வதற்கும், முத்திரைகளைச் செய்வதற்கும் ஏற்ற யோகாசனம் பத்மாசனம் என அனைவரும் ஒப்புக்கொள்கின்றனர். இதை ஆசனம் என்று சொல்வதை விட முத்திரை என்று கூடச் சொல்லலாம்.

சமமான தரைப்பகுதியில் ஒரு விரிப்பையோ, துணியையோ விரித்து அதன் மீது உட்காருங்கள். பிறகு இரண்டு கால்களையும் நீட்டிக் கொள்ளுங்கள்.

முதுகு, கழுத்து, தலை ஆகியவற்றை ஒரே நேர்க்கோட்டில் வைத்து நிமிர்ந்து உட்கார்ந்து கொள்ளுங்கள், முதுகை நிமிர்த்திவிட்டு, இரண்டு கைகளையும் பக்கவாட்டில்

நீட்டிக்கொள்ளுங்கள். மூச்சை பிடிக்காமல் இயல்பாக சுவாசித்துக் கொண்டே, இடது காலை தூக்கி வலது தொடையின் மீது வைத்துக்கொள்ளவும். இதேபோல வலது காலை மடித்து இடது தொடையின் மீது வைக்கவும். இரண்டு குதிகால்களும் உங்கள் அடிவயிற்றைத் தொடுவது போல இருக்க வேண்டும்.

இதை நீங்கள் ஒரே நாளில் அடைந்து விட முடியாது. கால்கள் அத்தனை எளிதில் வளையாது. கொஞ்ச நேரம் இருந்தாலே முட்டிகளும், தொடைப்பகுதியும் வலி எடுக்கும். ஆகவே ஒவ்வொரு நாளும் கொஞ்ச நேரமாக பயிற்சி செய்யுங்கள்.

உள்ளங்கால்கள் மேல் நோக்கியபடி இருக்க வேண்டும். முழங்கால்களும், தொடைகளும் விரிப்பின் மேலே நன்றாகப் படியுமாறு வைத்துக்கொள்ள முயற்சி செய்யுங்கள்.

இடது கையை நீட்டி இடது காலின் முட்டியின் மீது வைத்துக்கொள்ளவும், வலது கையை வலது கால் முட்டியின் மீது வைத்து, இரண்டு கைகளிலும் சின்முத்திரை செய்யுங்கள்.

முழங்கைகள் சற்றே மடங்கியபடி இருப்பது நல்லது. கண்களை மூடிக் கொண்டு உடல் முழுவதையும் தளர்வாக வைத்துக் கொள்ளுங்கள்.

இது தான் பத்மாசனம். இந்த ஆசனம் தியானம் செய்வதற்கும், பிராணாயாமம் செய்வதற்கும் மிகவும் ஏற்ற

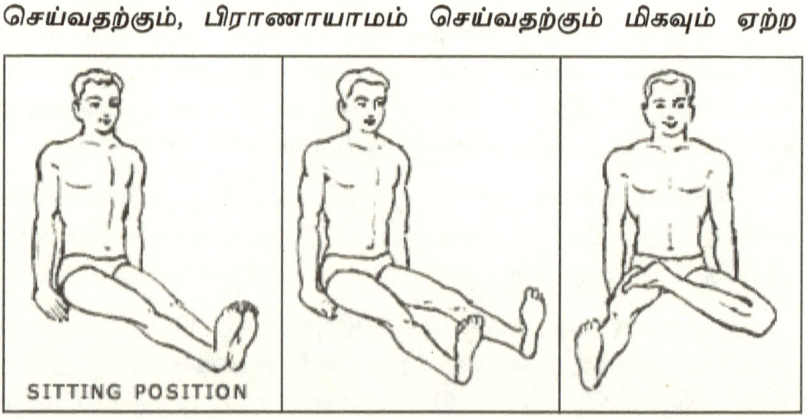

SITTING POSITION

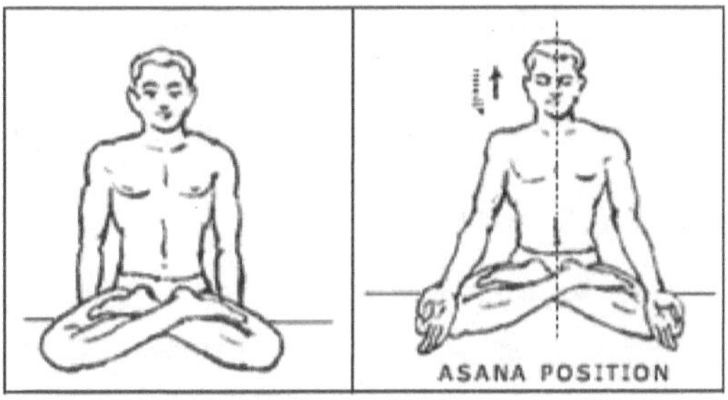

லகுவான ஆசனம். சற்று உடல்பருமன் உடையவர்கள் செய்வதற்குச் சிரமப்படலாம், ஆனால் நாள்பட்ட பயிற்சியின் காரணமாக இந்த ஆசனத்தை எளிதாகச் செய்ய முடியும்.

பயிற்சியின் முடிவில் கால்கள் இரண்டையும் நேராக நீட்டிக் கொண்டு பாதத்தை இடப்பக்கமும் வலப்பக்கமும் சிலமுறை சுழற்றினால் கால்களில் சீரான இரத்த ஓட்டம் ஏற்பட்டு அழுத்தமும், வலியும் நீங்கும்.

வஜ்ராசனா

தேவர்களின் தலைவனான இந்திரனின் கையில் உள்ள பலம் பொருந்திய ஆயுதம் வஜ்ராயுதம் எனப்படும். இந்த ஆசனத்தைச் செய்வதால் உடல் ஆயுதம் போலப் பலம் பெறும் என்பதால் இதற்கு வஜ்ராசனம் என்று பெயர் வந்தது.

தரை விரிப்பின் மேலே அமர்ந்து கால்கள் இரண்டையும் நேராக நீட்டி வைக்கவும். வலது காலை மடக்கி வலது குதிகாலை வலது புட்டத்தின் அடியிலும், இடது காலை மடக்கி இடது குதிகாலை இடது புட்டத்தின் அடியிலும் வைத்துக்கொள்ளவும். முழங்கால்கள் இரண்டும் சேர்ந்து இருக்கட்டும். இப்பொழுது நீங்கள் உங்கள் குதிகால்களின் மீது உட்கார்ந்திருப்பீர்கள். முதுகு, கழுத்து, தலை ஆகிய உறுப்புக்கள் ஒரே நேர்க்கோட்டில் இருக்குமாறு வைக்கவும்.

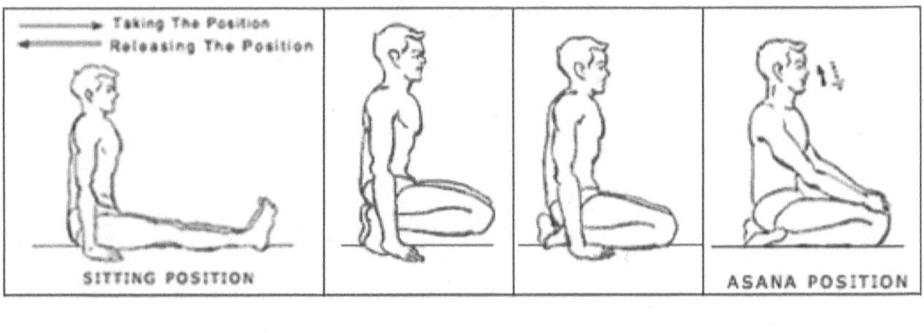

இரண்டு கைகளையும் இரண்டு தொடைகளின் மீது வைத்து சின்முத்திரை செய்யவும். கண்களை மூடிக்கொள்ளவும் உடலை தளர்வாக வைத்துக் கொள்ளவும். இது தான் வஜ்ராசனா.

தத்த முத்திரை

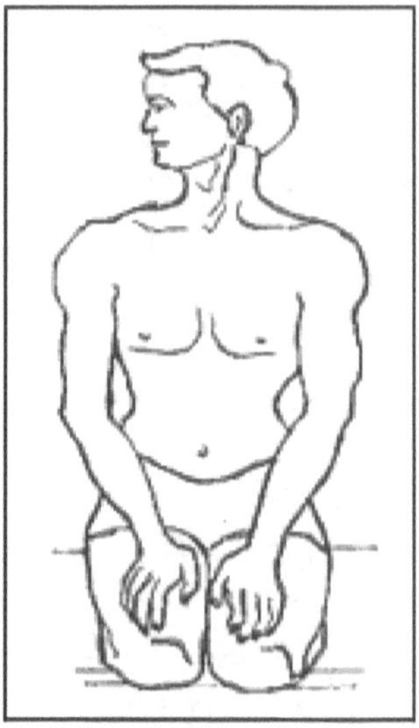

வஜ்ராசனத்தில் அமர்ந்து, தலையை இடது புறம் மெதுவாக எவ்வளவு தூரம் முடியுமோ அத்தனை தூரம் திருப்ப வேண்டும். இப்படியே மெதுவாக வலது புறத்திலும் தலையைத் திருப்ப வேண்டும். இது தத்த முத்திரை எனப்படும். குரு தத்தாத்ரேயருக்கு மூன்று தலைகள். அவர் மனித உடல் தாங்கி வந்த மும்மூர்த்தி அம்சம். எனவே நேராகவும், இடது மற்றும் வலதுபுறங்களிலும் நமது தலையைத் திருப்பி செய்யப்படும் இந்த ஆசனமும், முத்திரையும் தத்த முத்திரை எனப்படுகிறது. இவ்வாறு செய்வதன் மூலமாக நாம் மூன்று லோகங்களையும் வசப்படுத்த முடியும். மூன்று குணங்களைக் கடக்க முடியும், மும்மூர்த்திகளின் நிலையைக்கூட அடைய முடியும் என்று யோகசாத்திரங்கள் தெரிவிக்கின்றன.

இந்த யோகாசனத்தில் இருந்து கொண்டு முத்திரைகளைச் செய்தால் விரைவாக நல்ல பலன்களை அடையமுடியும் என்று நமது முன்னோர் கூறியுள்ளனர்.

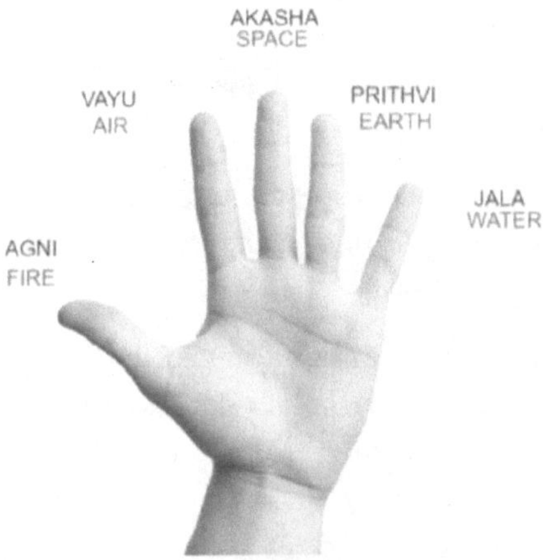

13. பஞ்சபூத முத்திரைகள்

ஹதயோகத்தின் ஒரு அங்கமான முத்திரை யோகம் மிக எளிமையானது, நம் விரல்களைப் பயன்படுத்திச் செய்யக்கூடியது என்பதை ஏற்கெனவே அறிந்து கொண்டோம். பஞ்ச மகா பூதங்கள் என்று அறியப்படும் நிலம், நீர், தீ, வானம், காற்று ஆகிய ஐந்தும் இந்தப் பிரபஞ்சத்தை ஆட்சி செய்கின்றன.

ஆகாயம் இந்தப் பூமியைச் சூழ்ந்து நிற்கிறது. பூமி அடர்த்தி மிகுந்தது. நீருடன் சேர்ந்த பூமி கபத்தின் தன்மை கொண்டது. வாயு தத்துவம் உருவம் இல்லாத ஆகாயத்துடன் சேர்ந்து உடலில் வாத தத்துவத்தை ஏற்படுத்துகிறது. தீ எனப்படும் அக்கினி தத்துவம் லேசானது, வெளிச்சத்தைத் தருவது. இந்தப் பஞ்ச பூதங்கள் உடலில் சமச்சீராக இருந்தால் தான் நமது உடல் நலமாக நோயின்றி இருக்கும்.

இவைகளில் ஏதாவது ஒன்று குறைந்தாலோ அல்லது கூடினாலோ நோய்கள் ஏற்படும்.

மிகினும் குறையினும் நோய்செய்யும் மேலோர்
வளிமுதலா எண்ணிய மூன்று

என்கிறார் ஐயன் திருவள்ளுவன். வாதம், பித்தம், சிலேட்டுமம் என்ற மூன்றில் எது ஒன்று குறைந்தாலும், கூடினாலும் மனித உடல் நோய்வாய்ப்படுவது உறுதி.

மனிதன் உணவில்லாமல் சில நாட்கள் வாழலாம், தண்ணீர் இல்லாமல் இரண்டு நாட்கள் இருக்கலாம், ஆனால் காற்றில்லாமல் சில நிமிடங்களுக்கு மேல் உயிரோடு வாழ முடியாது. அதனால் தான் மூச்சுக்காற்றை பிராணன் என்கிறோம். அதுவே நமது உயிராக இருக்கிறது.

சிவலிங்க ரூபங்கள் சிவசக்தி ஐக்கியத்தை உள்ளடக்கியவை. எனவே இவற்றை உள்ளன்போடு வழிபாடு செய்பவர்களுக்கு அஷ்ட ஐஸ்வர்யங்களையும், சர்வ மங்கலங்களையும் அள்ளித்தருகிறார் சிவபெருமான். சிவன் தனக்குள் பஞ்ச பூதத் தத்துவத்தை அடக்கி இருக்கிறார்.

பஞ்சபூதத் தலங்கள்:

சிதம்பரம் நடராஜர் கோயில்	**- ஆகாயம்**
காஞ்சிபுரம் ஏகாம்பரநாதர் கோயில்	**- நிலம் (பிருத்வி)**
திருவண்ணாமலை அண்ணாமலையார் கோயில்	**- நெருப்பு (தேயு)**
திருவானைக்கா ஜம்புகேசுவரர் கோயில்	**- நீர் (அப்பு)**
திருக்காளத்தி காளத்தீசுவரர் கோயில்	**- காற்று (வாயு)**

இது போலவே பஞ்ச பூத முத்திரையைச் சரியாகப் பயன்படுத்துவதன் மூலமாக நாம் அளவுகடந்த பயனை அடையலாம். அப்போது நமசிவாய என்ற மந்திரத்தை மனதிற்குள் உச்சரிப்பதால் நமது பிரச்சனைகள் சூரியனைக் கண்ட பனி மறைவதைப் போல மறையும் என்பது திண்ணம்.

இனி நாம் விரல்களை மடக்கி, நோய்களை மடக்கும் அற்புதக் கலையை எவ்வாறு செய்வது என்பதை அறிந்து கொள்வோம்.

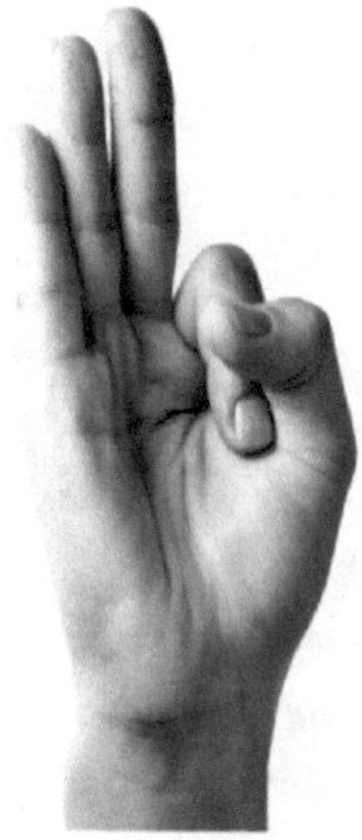

14. வாயு முத்திரை

மூச்சுக்காற்றை பிராணாயாமத்தின் மூலமாகக் கட்டுப்படுத்தும் ஆற்றல் பெற்ற யோகி, காலத்தைக் கடந்து சிரஞ்சீவியாக வாழ முடியும் என்பதை

ஏற்றி இறக்கி இருகாலும் பூரிக்கும்
காற்றைப் பிடிக்கும் கணக்கறிவார் இல்லை
காற்றைப் பிடிக்கும் கணக்கறிவார்க்கு
கூற்றை உதைக்கும் குறியது ஆமே

என்று தெரிவிக்கிறது திருமூலரின் திருமந்திரம்.

மூச்சுக்காற்றைக் கட்டுப்படுத்தும் ஆற்றல் வந்து விட்டால் அவர்களை யமன் அணுக மாட்டான் என்பதைப்போல முத்திரைகளின் மூலமாகப் பயிற்சி செய்யும் போது நமது உடலின் ஒவ்வொரு செல்லுக்கும் தேவையான பிராணாவாயு வேண்டிய அளவில் கிடைக்க வழி ஏற்படுகிறது. இதற்காக நீங்கள் செய்ய

வேண்டியது வாயு முத்திரை.

வாயு முத்திரையைத் தொடர்ந்து செய்தால் உடலில் உள்ள காற்று சீரடைகிறது, மனம் அலைபாயாமல் அடங்கி நிற்கிறது, இதன் காரணமாக எண்ணங்கள் சீரடைந்து நிம்மதி ஏற்படுகிறது. தெளிவான சிந்தனை மேலோங்குகிறது.

ஆள்காட்டி விரலை மடக்கி கட்டை விரலின் அடிப்பகுதியைத் தொடுவது வாயு முத்திரை எனப்படும். கட்டை விரலை வளைத்து மெதுவாக ஆட்காட்டி விரலின் கணுவைத் தொட வேண்டும். மற்ற மூன்று விரல்களும் நேராக இருக்க வேண்டும். வஜ்ராசனத்தில் அமர்ந்து இந்த முத்திரையைத் தினமும் ஐந்து முதல் பத்து நிமிடங்கள் வரையில் செய்து வர நல்ல பயன் கிடைக்கும்.

வாயு முத்திரையைச் செய்யும் போது சுழுமுனை நாடியில் பிராணசக்தி பாயத் தொடங்கும். இதன் காரணமாக உடலின் ஆற்றல் அதிகமாகும். வாயுவினால் ஏற்பட்ட பிடிப்புக்கள் குணமாகும். அஜீரணம், பசியின்மை, வயிற்று உப்புசம் போன்ற நோய்கள் குணமாகும்.

காலையில் இரண்டு இட்டிலி சாப்பிட்ட உடனே வயிறு நிரம்பி விடுகிறது, மேலே ஒரு இட்டிலி சாப்பிட ஆசை இருந்தாலும் மூச்சு திணறுகிறது என்ற நண்பருக்கு நான் இந்த முத்திரையைச் சிபாரிசு செய்தேன். அவரும் அதிக ஆர்வம் இல்லாமல் தான் கேட்டுக்கொண்டு போனார். சில மாதங்களுக்குப் பிறகு அவரே என்னைத் தொலைபேசியில் தொடர்பு கொண்டார்.

சார் நீங்க சொன்ன மாதிரி செஞ்சுகிட்டு வர்றேன், நல்ல பலன் தெரியுது என்றார்.

எனக்குப் புரியவில்லை. என்ன சொன்னேன்....? என்று இழுத்தேன்.

நண்பர் விவரம் தெரிவித்தார். வாயு முத்திரையை நான் பத்து நாட்கள் தொடர்ந்து காலையும் மாலையும் செய்து வந்தேன். பசி எடுக்க ஆரம்பித்தது, இப்போது வயிற்று உப்புசம் இல்லை, இதைப் பல வருடங்களுக்கு முன்பே செய்திருந்தால்

இத்தனை காலம் அவஸ்தைப்பட வேண்டி வந்திருக்காது என்றார்.

அதோடு, என் மனைவியும், கல்லூரியில் படிக்கும் மகளும் கூட இந்த முத்திரையைச் செய்கிறார்கள். குடும்பமாகச் செய்யும் போது வேறு எத்தனையோ நல்ல பலன்களும் கிடைக்கிறது என்று தெரிவித்தார் அவர்.

வாயு முத்திரையை நம்பிக்கையோடு தினமும் காலை மாலை செய்து வந்தால் இத்தனை நல்ல பலன்களை அடையலாம் என்பதற்கு அந்த நண்பரே சாட்சி. அவர் அதற்குப் பிறகு வாயு முத்திரையின் ஏஜண்டாகி விட்டார். யாருக்கு வயிற்று உப்புசம், நெஞ்செரிச்சல், மூச்சுப் பிடிப்பு ஏற்பட்டாலும் அவரே சிபாரிசு செய்ய ஆரம்பித்து விட்டார்.

மேலும் வாயு முத்திரை மூட்டுவலி, ஆர்த்தரைடீஸ், ரூமாட்டிசம், ஸ்பாண்டிலோசீஸ் ஆகிய முடக்குவாத நோய்களைக் கட்டுப்படுத்த பெரிதும் உதவும். வலியைக் குறைக்கும், இதன் முழுப்பயனை அடைய வேண்டுமானால் பிராண முத்திரையுடன் இதைச் சேர்த்து செய்ய வேண்டும்.

அப்போது நமது உடலில் உள்ள சுழுமுனை நாடியில் பிராணசக்தி அபாரமான ஆற்றலோடு பிரவாகம் எடுக்கும், இதனால் ஆழ்ந்த அமைதியை அனுபவிக்கலாம். உலகமே துச்சமாகத் தோன்றும், எது நடந்தாலும் நன்மைக்கே என்ற ஞானம் ஏற்படும்.

தியானம் செய்பவர்கள் பொதுவாக சின்முத்திரை பிடிப்பார்கள் இந்த முத்திரையைப் போட்டுக் கொண்டு தியானம் செய்தால் உள்ளமாகிய தாமரை ஞான சூரியனைக் கண்டு விகசித்து மலரும்.

உடலில் இதுநாள் வரை இருந்து வந்த வலிகள் நீங்கும், தண்டுவட வலி, மூட்டு வலி ஆகியவை மறையும்.

எந்தக் காரியத்தையும் தொடங்கும் போது இதுநாள் வரையில் ஏற்பட்ட படபடப்பு இப்போது இருக்காது, அதனால் மன இறுக்கம் மறையும், அதோடு தொண்டையில் ஏற்பட்ட அடைப்புக்கள் நீங்கும்.

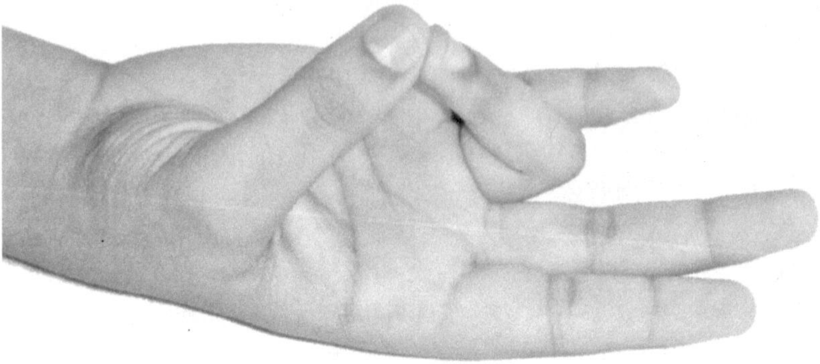

15 பிருதிவி முத்திரை

சுறுசுறுப்பாக வாழ்வதற்கு பிருதிவி முத்திரை உதவுகிறது. சில நேரங்களில் நமக்கு மிகவும் பதட்டமாக இருக்கும். உடலும் உள்ளமும் சோர்ந்து போய்விடும். நமது உடலில் உள்ள சக்தி முழுவதையும் ஒரு ராட்சத உறிஞ்சு குழாய் வைத்து யாரோ உறிஞ்சி எடுத்து விட்டதைப்போல களைப்பும், சலிப்பும் போட்டி போட்டுக் கொண்டு தாக்கும்.

இது போன்ற வேளைகளில் நாம் சாதாரண வேலைகளையே சரியாகச் செய்ய முடியாது. அப்படியே வலுக்கட்டாயமாகச் செய்தாலும் அது சரியாக முடியாமல், கழுத்தறுக்கும். திருப்பித் திருப்பிச் செய்த வேலையைச் செய்ய வேண்டிய நிர்ப்பந்தம் ஏற்பட்டு விடும். இது போன்ற நேரங்களில் பிருதிவி முத்திரையைச் செய்தால் நல்ல பலனை உடனடியாகப் பெற முடியும்.

பஞ்ச பூதங்களில் நிலம் என்ற

தத்துவத்தை சமனப்படுத்தும் முத்திரைதான் இது. பிருதிவி என்றால் நிலம் என்பது பொருள். ‘அகழ்வாரைத் தாங்கும் நிலம் போல’ என்கிறார் திருவள்ளுவர். தன்னை மண்வெட்டி கொண்டு வெட்டித் துன்புறுத்துவரையும் அந்த நிலம் தான் தாங்கிக் கொண்டிருக்கிறது.

நிலம் என்பது பொறுமை, தாங்கும் திறன், ஆதார ஆற்றல் ஆகியவற்றுக்குக் குறியீடாக அமைந்திருக்கிறது. ஒரு மனிதனிடம் நில தத்துவம் சரியாகப் பொருந்தி இருந்தால் மட்டுமே அவனால் அமைதியாக இருக்க முடியும். மற்றவர்கள் கோபத்தில் கத்தினாலும் அவன் பொறுமையாகப் பதில் சொல்ல முடியும். இந்தப் பண்புகளை வளர்த்துக் கொள்ள பிருதிவி முத்திரை நமக்குக் கைகொடுக்கிறது.

மோதிரவிரலை கட்டைவிரலின் நுனியின் மேலே வைத்துக் கொண்டு இருபது நிமிடங்கள் வரையில் வைத்துக் கொண்டு தியான நிலையில் அமர வேண்டும். இது தான் பிருதிவி முத்திரை.

இந்த முத்திரையைச் செய்யும் போது ‘ஓம் லம் பிருதிவி ஆத்மாகம் கந்தம் சமர்ப்பயாமி’ என்ற மந்திரத்தை உச்சரிக்கலாம். நான் தேவாதி தேவனுக்கு தெய்வீகமான வாசனையைப் பூமியில் இருந்து சமர்பித்து வணங்குகிறேன் என்பது பொருள். எலும்பு, மஜ்ஜை, தசைநார்கள் ஆகியவற்றின் வலிமையையும், மற்றும் தாதுப்பொருட்களின் சமநிலையையும் அவற்றின் செயல்பாட்டையும் இந்த முத்திரை அதிகப்படுத்துகிறது.

நோய்வாய்ப்பட்ட மனிதனுக்கு உடனுக்குடன் வலிமை அளிக்க ஆசையாக இருக்கிறதா? ஆமாம்... அது எப்படி முடியும்? என்று தயக்கம் வேண்டாம், இந்த முத்திரையைச் செய்யச் சொல்லுங்கள்.

சில நிமிடங்களியே அபாரமான மாறுதலை அவர் உணர்வார், அவருக்குத் தேவையான ஆக்சிஜன் கிடைத்தது போல எழுந்து உட்கார்ந்து சுறுசுறுப்பாகச் செயல்பட ஆரம்பித்து விடுவார். ஒவ்வொரு நாளும் லன்ச் சாப்பிடுவதற்கு முன்னால் இந்த முத்திரையைச் செய்து விட்டு சாப்பிடுங்கள். சோம்பேறித்தனம் மறையும், சுறுசுறுப்பு ஊற்றெடுக்கும். அன்று முழுவதும் துள்ளிக்கொண்டு வேலை செய்வீர்கள். செய்து பாருங்களேன்.

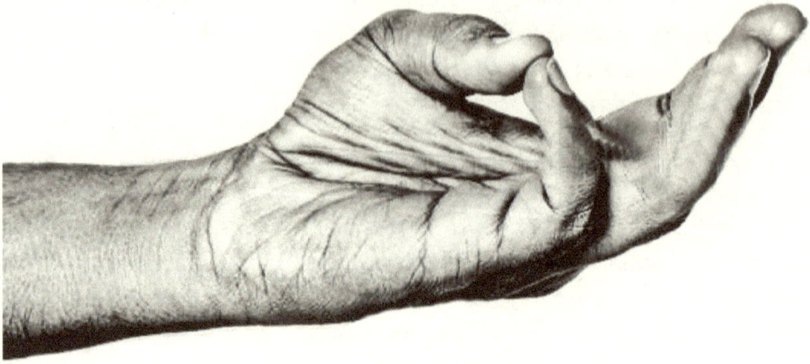

16 வருண முத்திரை

பெருவிரலை வளைத்து சுண்டுவிரலின் நுனியைத் தொடவேண்டும். இரண்டு விரல்நுனிகளினாலும் மெதுவான அழுத்தத்தைக் கொடுக்க வேண்டும். பிற மூன்று விரல்களும் வளைவில்லாமல் நேராக இருக்க வேண்டும். அவைகளுக்குள் இடைவெளி இல்லாமல் பார்த்துக் கொள்ளவும், ஒரே நேரத்தில் இரண்டு கைகளினாலும் இந்த முத்திரையைச் செய்யவும்.

வருண முத்திரையை 40 முதல் 50 நிமிடங்கள் வரையில் செய்யலாம். தினமும் குறைந்தது இருபத்தி ஐந்து நிமிடங்கள் செய்வது நல்ல பலனை அளிக்கும்.

இந்த வருண முத்திரையைச் செய்வதால் உடலின் வெப்பம் குறையும், பலவிதமான சரும நோய்கள் மறையும், ரத்த ஓட்டம் சீராகும், ரத்தம் அதிகமாக ஊறும், உடலின் சக்தி ஓட்டமானது

சீர்படும்.

நமது கட்டை விரல் நெருப்புத் தத்துவத்தையும், சுண்டு விரல் நீர் தத்துவத்தையும் குறிக்கிறது என்பதை ஏற்கெனவே அறிந்து கொண்டோம்.

இந்த இரண்டு விரல்களும் ஒன்றை ஒன்று சேர்ந்து மெல்லிய அழுத்தத்தை ஏற்படுத்தும் போது நீரும், நெருப்பும் கலக்கிறது. இதனால் நெருப்பின் வெம்மை தணிகிறது, உடல் குளிர்ச்சி அடைகிறது. இதனால் உடல் சோர்வு நீங்கும், உடலின் எடை கூடும். உலக வாழ்க்கை குறித்து தெளிவான சிந்தனை உண்டாகும். பொறுமை, தன்னம்பிக்கை ஆகியவை அதிகமாகும்.

இதனைத் தொடர்ந்து செய்யும் போது மூட்டுவாதம், கழுத்துவலி, முக நரம்பு இழுப்பு ஆகியவை குணமாவதைப் பார்க்கலாம்.

எந்தக் காலத்தில் எந்த முத்திரையைச் செய்ய வேண்டும் என்ற விழிப்புணர்வு முக்கியம்.

கண்ணதாசன் சொன்னது போல மழைக்காலத்தில் உப்பு விற்பதும், காற்றடிக்கும் நேரத்தில் மாவு விற்பதும் நஷ்டத்தில் முடியும்.

மழைக்காலங்களில் சுற்றுப்புறமே குளிர்ச்சியாக இருக்கும். ஆகவே இந்த முத்திரையை அது போன்ற காலங்களில் பத்து நிமிடங்கள் செய்தால் போதும். ஆர்வத்தினால் அதிக நேரம் செய்தால் உடலில் சீதளம் உண்டாகும்.

இந்த முத்திரையைச் செய்யும் பெண்களுக்கு தோல் மென்மையாகும். அதற்காகப் பலவிதமான க்ரீம்களையும், ஜெல்களையும் இதுநாள்வரையில் பயன்படுத்திய நீங்கள் இனிமேல் உபயோகிக்க வேண்டிய அவசியம் இருக்காது. ஆஹா பட்டுபோன்ற மிருதுத்தன்மை என்ன க்ரீம் உபயோகிக்கறே என்று தோழிகள் பாராட்டுவதோடு, பொறாமையும் படுவார்கள். அதோடு செலவும் குறையும்.

மேலும் இந்த முத்திரையைச் செய்வதால் இரைப்பைக் கோளாறுகள் நீங்கும், உடலில் நீர் வற்றுதல் போன்ற குறைபாடுகளும் சரியாகும். எல்லாவற்றுக்கும் மேலாக தினசரி வேலைகளைச் செய்யும் போது ஏற்படும் அலுப்பும், சலிப்பும் முற்றிலும் நீங்கி, தெளிவு உண்டாகும்.

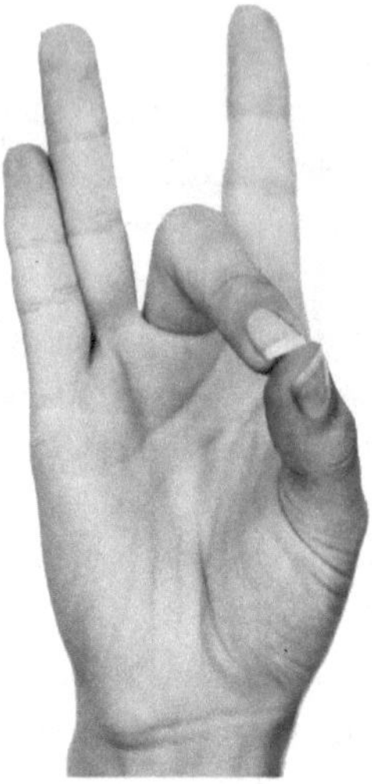

17 அக்னி முத்திரை

அக்னி முத்திரை தேஜோ முத்திரை என்றும் அழைக்கப்படும். நடுவிரலின் முனையை கட்டைவிரலின் நுனியினால் அழுத்துவது தேஜோ முத்திரை எனப்படும். வடமொழியில் தேஜஸ் என்பது வெளிச்சத்தை பிரகாசத்தைக் குறிக்கும். ரிக் வேதம் அக்கினியை வழிகாட்டுபவன் என்ற பொருளில் அழைக்கிறது. அக்கினி வேள்வியில் தரப்படும் அவிசுகளை ஏந்திச்சென்று அதற்கு உரிய தேவதைகளிடம் கொடுப்பான். நெருப்பு மேல் நோக்கி எழும்பும் குணம் கொண்டது. அதுபோல இந்த முத்திரையைப் பயன்படுத்துவதன் மூலமாக அறிவுக்கூர்மை மேலும் மேலும் உயரும்.

நெருப்பு தன்னிடம் கொடுக்கப்படும் எதையும் உண்ண வல்லது, அதாவது எரிக்கும் ஆற்றல் பெற்றது.

நமது உடலில் மூன்று வகையான அக்னிகள் உள்ளன. இதில் ஜடாராக்கினி என்பது உண்ணும் உணவைச் செரிக்க உதவுகிறது. இந்த மூன்று வகையான அக்கினிகளையும் தூண்டச் செய்வதற்கு அக்கினி முத்திரை உதவுகிறது.

ஆயுர்வேதத்தில் உடலின் செரிமானத்தன்மையை அதிகரிக்கவும், முகத்தில் ஞான ஒளி பெருகுவதற்கும், உடலின் ஒவ்வொரு செல்லிலும் செயல்திறன் அதிகரிப்பதற்கும், மருந்துகளோடு இந்த முத்திரையைச் செய்வதற்குப் பரிந்துரை செய்கின்றனர்.

இந்த முத்திரையைச் செய்யும் போது மந்திரமாக

ஓம் ரம் தேஜோமயம் தீபம் சமர்ப்பயாமி

என்ற மந்திரத்தை உச்சரித்து அதிக பலன் பெறலாம். எங்கும் நீக்கமற நிறைந்திருக்கும் இறைவனுக்கு பிரகாசமான வெளிச்சத்தை, அக்கினி அல்லது தேஜஸ் மூலமாகச் சமர்ப்பிக்கிறேன் என்பது இதன் பொருள்.

இந்த அக்கினி முத்திரையைத் தொடர்ந்து செய்வதன் மூலமாக நமது அன்றாடக் கடமைகளை மிகுந்த நேர்த்தியோடும், குறைந்த நேரத்திலும் செய்வதற்கு ஆற்றல் உண்டாகும்.

18 சூரிய முத்திரை

ஐம்பூதங்களில் மிகவும் சக்தி படைத்தது நெருப்பு. ஆதிகால மனிதன் நெருப்பைக் கண்டுபிடித்த பிறகே துரிதமாக வளர்ச்சி பெற்றான். குகையில் வசித்த போது இருட்டை விரட்டவும், மிருகங்களை அருகே வராமல் துரத்தி பாதுகாப்பு பெறவும் அவனுக்கு நெருப்பு பயன்பட்டது.

வேட்டையாடிய மிருகங்களின் இறைச்சியைச் சமைப்பதற்கும், உணவுப்பொருட்களைச் சுவையாக மாற்றுவதற்கும் அவன் நெருப்பை உபயோகித்தான். வேதகாலத்தில் அக்னி என்ற சொல்லுக்கு வழிகாட்டுபவன் என்ற பொருள் உண்டு. அடர்த்தி மிகுந்த புதர்களையும், காட்டையும் அழித்து ஒரு இடத்தில் இருந்து மற்றொரு இடத்திற்குச் செல்வதற்கு அவர்களுக்கு காட்டுத்தீ

உதவியது. ஆகவே நெருப்பை அவர்கள் வழிகாட்டி என்று அழைத்தனர்.

தற்காலத்தில் நமக்கு சூரியனில் இருந்து வெப்பமும், வெளிச்சமும் தேவையான அளவிற்குக் கிடைக்கிறது. சூரியனே பிரத்தியட்ச தெய்வம் என்பதால் தான் பொங்கல் பண்டிகையின்போது சூரியனை நாம் வழிபடுகிறோம்.

சூரியனை சைவர்கள் சிவசூரியன் என்றும், வைணவர்கள் சூரிய நாராயணன் என்றும் பேதமில்லாமல் வழிபடுவதில் இருந்தே நெருப்பின் முக்கித்துவத்தை அறிந்து கொள்ளலாம்.

நமது பூமி உட்பட சூரியக் கிரகத்தில் உள்ள அத்தனை கிரகங்களும் ஆதவனை முன்வைத்தே இயங்குகின்றன. சூரியனில் இருந்து வரும் வெப்பமும், வெளிச்சமும் இல்லாது போனால் பூமியில் எந்த உயிரினமும் வாழ முடியாது.

மனித உடலிலும் வெப்பநிலை சீராக இருந்தால்தான் ஆரோக்கியமும் நன்றாக இருக்கும். உடலின் வெப்பநிலையைச் சீராக்கும் முத்திரை சூரிய முத்திரை எனப்படுகிறது. அதைப் பற்றியும் தெரிந்து கொள்வோம்.

மோதிரவிரல் என்பது நிலம் என்ற தத்துவத்தைக் குறிக்கிறது. கட்டை விரல் அல்லது பெருவிரல் என்பது நெருப்பு என்ற தத்துவத்தைக் கட்டுப்படுத்துகிறது. ஆகவே மோதிரவிரலை மடித்து அதன் நுனிப்பகுதியால் கட்டைவிரலின் கீழ்ப்பாகத்தை அதாவது மூன்றாவது கோடு இருக்கின்ற இடத்தைத் தொடுவது சூரிய முத்திரை. மற்ற மூன்று விரல்களையும் சாயாமல் நேராக வைத்துக் கொண்டு, மெதுவான அழுத்தம் கொடுத்து இந்த முத்திரையைச் செய்வது அவசியம்.

இதைச் செய்யும் போது பத்மாசனம் அல்லது சித்தாசனத்தில் அமர்ந்து கொள்ளவும். ஆசனம் பயிற்சி இல்லாதவர்கள் தரையில் அமர்ந்து கொள்ளலாம். முத்திரைகள் செய்யும் போது அளவில்லாத மின்சக்தி ஓட்டம் நமது உடலில் பாயும். அப்படிப் பாயும் சக்தியை நமது உடலால் தாங்கிக் கொள்ள முடியாது.

ஆகவே உடலின் ஏதாவது ஒரு பாகம் தரையைத் தொடும்படியாக நாம் அமர்ந்துகொள்ள வேண்டும். இப்படிச்

செய்வதன் மூலமாக உபரியான சக்தி நமது உடலின் வழியாக பூமிக்குள் இறங்கி விடும். வீட்டில் மின்சாரக் கம்பிகளுக்கு எர்த் ஓயரிங் கொடுக்கிறார்கள் அல்லவா! அதைப் போன்றது தான் இதுவும். எர்த் ஓயரிங் சரியானபடி அமையவில்லை என்றால் மின்சாரம் ஷாக் அடிப்பதைப்போல, உபரியான மின்காந்த அலைகள் நம் உடலையும், மனதையும் தாக்கி நிலைகுலைய வைத்துவிடும்.

எனவே முத்திரைகள் செய்யும் போது நேரடியாகத் தரையில் அமர்ந்தே செய்யலாம் இல்லை என்றால் மின்சாரத்தைக் கடத்தாத துணி, பாய் போன்றவற்றின் மீது அமர்ந்து செய்யலாம். மரப்பலகை, ரப்பர் ஷீட் ஆகியவற்றைப் பயன்படுத்தக்கூடாது. ஏன் என்றால் இவைகள் மின்சாரத்தைக் கடத்தாது.

சூரிய முத்திரையைச் செய்வதால் உடலின் சூடு அதிமாகும், மன அழுத்தம் குறையும், செரிமானம் நன்கு நடக்கும், உடலில் உள்ள அதிகப்படியான கொழுப்பு கரையும். தைராய்டு சுரப்பி தூண்டப்படும்.

தற்போது பத்தில் ஐந்து பேருக்கு ரத்தத்தில் கொலஸ்டிரால் மற்றும் ட்ரை கிளிசதைரடின் அளவு கூடுதலாக இருப்பதைப் பார்க்கிறோம். அவர்கள் கொழுப்பைக் குறைக்க நடைப்பயிற்சி, உணவுக்கட்டுப்பாடு ஆகியவற்றைக் கடைப்பிடிப்பது வழக்கம். அப்படி இருப்பவர்கள் கூடவே இந்த சூரிய முத்திரையைக் காலையும் மாலையும் செய்து வந்தால் நல்ல பலன் பெறலாம்.

சில முத்திரைகளைப் பத்து முதல் பதினைந்து நிமிடம் செய்தாலே போதும். ஆனால் சில முத்திரைகளை அதிக நிமிடங்கள் செய்தால் தான் பலன் கிடைக்கும். அப்படிப்பட்ட முத்திரைகளில் இதுவும் ஒன்று.

கொழுப்பைக் கரைக்க எனது நண்பர் தினமும் மாலைவேளையில் நடைப்பயிற்சி செய்து வந்தார். பதினைந்து நிமிடங்கள் நடந்து ஒரு குறிப்பிட்ட இடத்திற்குச் செல்வார். அங்கே பத்து நிமிடங்கள் ஓய்வு எடுத்துக் கொண்டு மீண்டும் அங்கிருந்து புறப்பட்டு பதினைந்து நிமிடங்கள் நடந்து வீட்டிற்கு வருவார். சில மாதங்கள் இவ்வாறு செய்தபிறகு ரத்தப் பரிசோதனை செய்து பார்த்தபோது கொழுப்பின் அளவு

குறையவே இல்லை. அவருக்கு மிகவும் வருத்தமாகிவிட்டது.

தினமும் அரை மணி நடந்தும் கூட கொலஸ்டிராலின் அளவு குறையவில்லையே என்று நினைத்து நினைத்து கவலைப்பட்டதில் ரத்த அழுத்தம் அதிகமாகிவிட்டது. மருத்துவரிடம் இது குறித்து ஆலோசனை நடத்தினார்.

அப்போது அந்த மருத்துவர் கூறிய பதில் அனைவருக்கும் முக்கியமானது. தினமும் அரை மணிநேரம் நடக்கின்ற போது நடைப்பயிற்சியினால் சுறுசுறுப்பு, உடல் வலிமை, நல்ல ரத்த ஓட்டம், வலிமை ஆகியவற்றைப் பெறமுடியும். ஆனால் ரத்தத்தில் சேமித்து வைக்கப்பட்டிருக்கும் கொலஸ்டிரால் குறைய வேண்டுமானால் தொடர்ந்து நாற்பது நிமிடங்களுக்கு மேல் நடக்க வேண்டும்.

முதல் அரைமணிநேரம் உடல் ஏற்கெனவே சேமித்து வைத்திருக்கும் சக்தியை மட்டுமே செலவழிக்கும். அதற்கு மேலும் நடக்கின்ற போது தான், அதிகப்படியான கொழுப்பைக் கரைக்க முயற்சி செய்யும். ஆகவே நாற்பது நிமிடத்திற்கு மேல் மேலும் இருபது நிமிடங்கள் தொடர்ந்து பல மாதங்கள் நடந்தால் தான் ரத்தத்தில் உள்ள கொழுப்பு கரையும் என்று அவர் தெரிவித்தார்.

சூரிய முத்திரை ரத்தத்தில் உள்ள கொழுப்பைக் கரைக்கிறது, ரத்த அழுத்தத்தைக் குறைக்கிறது என்பதை அறிந்தோம். ஆகவே அதன் முழுப்பயனையும் பெற வேண்டுமானால் தினமும் *5* முதல் *45* நிமிடங்கள் வரையில் இந்த முத்திரையைத் தொடர்ந்து செய்து வந்தால் நல்ல பலன்களை அடையலாம்.

இந்த முத்திரை உடல் எடையைக் கூட்டும், வலிமையை அதிகப்படுத்தும். மிகவும் ஒல்லியாக இருப்பவர்கள் இந்த முத்திரையைப் பிராண முத்திரையோடு சேர்த்து ஒரு நாளைக்கு *40* முதல் *50* நிமிடங்கள் வரையில் தொடர்ந்து செய்து வந்தால் உடல் எடை கூடும். தும்முதல் மற்றும் கொட்டாவி விடுதல் ஆகியவற்றை இந்த முத்திரைகளைச் செய்யும் போது கட்டுப்படுத்திக் கொள்ள வேண்டும்.

காய்ச்சல் வந்த போதும், தைராய்டு சுரப்பு அதிகம் உள்ளவர்களும் இந்த முத்திரையைச் செய்வது கூடாது.

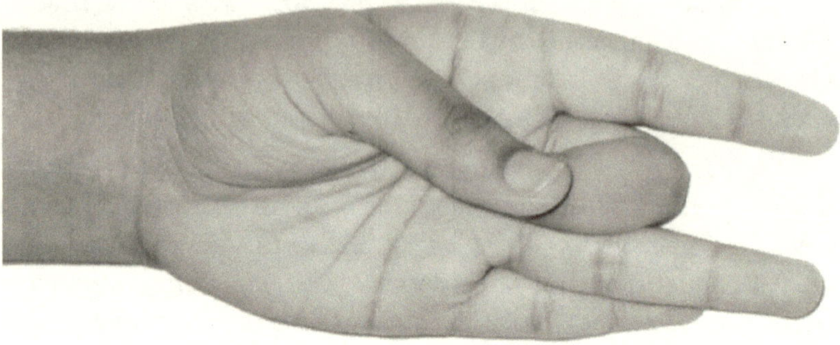

19. ஆகாச முத்திரை

ஆகாசம் என்பது எல்லையற்றது, ஐம்பூதங்களில் ஒன்றான ஆகாசம் அண்ட சராரங்களை அடக்கி வைத்திக்கிறது. இது நமது உடலில் எழும்பும் அனைத்து விதமான ஓசைகளும், அதிர்வுகளும் ஆகாசம் என்ற தத்துவத்தினால் தான் கட்டுப்படுத்தப்படுகிறது.

நம் உடலுக்குள்ளே ஓசையா? என்று ஆச்சரியப்பட வேண்டாம். இதயம் துடிக்கிறதே அப்போது ‘லப் டப் என்ற ஓசை கேட்கிறது அல்லவா? ரத்தக் குழாய்களுக்கு உள்ளே ரத்தம் புத்துணர்ச்சியோடு பாய்ந்து செல்கிறதே அப்போது ஓசை ஏற்படுகிறது. மூச்சுக் குழாய்களின் உள்ளே உட்சுவாசமும், வெளிச்சுவாசமும் நடைபெறும் போது காற்றினால் ஏற்படும் ஒலி, இது தவிர செரிமானம் ஆகும்போது வயிற்றில் அமிலங்கள் மற்றும் வாயுவினால் ஏற்படும்

சத்தம் ஆகியவை உடலில் தோன்றும் ஒலிகள். இந்த ஒலிகளுக்கு இருப்பிடமாக இருப்பது ஆகாசம் தான்.

நமது பேச்சு உருவாகக் காரணமாக இருப்பதும், காதுகளைக் கேட்க வைப்பதும், தோலுக்குத் தொடு உணர்ச்சியை உருவாக்குவதும் ஆகாயம் என்ற தத்துவம் தான்.

ஆகாய முத்திரை என்பது கட்டைவிரலின் நுனியை நடுவிரலால் தொடுவது. லேசாக அழுத்தம் கொடுக்கவும். மற்ற விரல்கள் நேராக இருக்கட்டும். இந்த முத்திரையைப் பத்மாசனத்திலோ அல்லது சித்தாசனத்திலோ அமர்ந்து செய்யலாம்.

உள்ளங்கை ஆகாயத்தை நோக்கி இருக்குமாறு, முட்டியின் அருகே வைத்துக் கொள்ளவும்.

வஜ்ராசனத்தில் அமர்ந்து செய்தால் நல்ல பலன்களை விரைவாகப் பெறலாம்.

இந்த முத்திரையைப் பதினைந்து நிமிடங்கள் செய்யலாம். ஒரு நாளில் இரண்டு அல்லது மூன்றுமுறை செய்து பழக வேண்டும்.

நடுவிரல் என்பது சனிக்கிரகத்தோடு தொடர்புடையது. இதனோடு இணைக்கப்பட்ட தத்துவம் ஆகாயம். பெருவிரல் என்பது நெருப்பு தத்துவம். இவை இரண்டும் சேரும் போது அபரிமிதமான மின் ஆற்றல் பெருகும்.

மேலும் இந்த நடுவிரல் என்பது தொண்டைச் சக்கரமான விசுத்தியுடன் இணைக்கப்பட்டிருக்கிறது. கீழே உள்ள முதல் ஐந்து சக்கரங்களும் கீழ்நிலைச் சக்கரங்கள். இவைகள் உலக வாழ்க்கையோடு தொடர்புடையவை. ஆனால் விசுத்தி சக்கரம் ஆன்மிக வாழ்வின் உயர்ந்த தளங்களுக்கு நம்மை அழைத்துச் செல்லும் உயர்நிலைச் சக்கரம்.

இந்த முத்திரையைப் பயிற்சி செய்தால் உடல் உறுப்புக்களின் வெற்றிடம் அதிகமாகிறது. உடலுக்குள்ளே வெற்றிடமா என்று ஆச்சரியமாக இருக்கிறதா? ஆமாம்... நமது மண்டையோடு அதாவது கபாலம், மூக்கின் பின்புறம், சைனஸ்பாதை, வாய், காது, தொண்டை மற்றும் வயிறு ஆகிய உறுப்புக்களில்

வெற்றிடம் இருக்கிறது. இவற்றில் திரவமோ அல்லது காற்றோ நிரம்பி அடைத்துக் கொண்டால் இந்த உறுப்புக்களின் செயல்திறன் பாதிக்கப்படும். நோய் வரும், ஆகாச முத்திரை செய்யும் போது அது இந்த வெற்றிடத்தில் உள்ள தேவையற்ற காற்று அல்லது திரவத்தை வெளியேற்றி விடுகிறது. ஆகவே அந்த உறுப்புக்கள் முழுமையான ஆற்றலோடு இயங்குகின்றன. மேலும் இந்த முத்திரை ஆகாச தத்துவத்தை அடிப்படையாகக் கொண்ட காரணத்தினால் மனம் விசாலமாகிறது, எண்ணங்கள் உயர்கின்றன.

ஆகாய முத்திரையைச் செய்வதால்

உடல் ஆற்றல் பெருகும், கால்சியம் சத்துக்கள் நன்றாக உறிஞ்சப்பட்டு எலும்புகள் உறுதிப்படும்.

இதய நோய்கள் குணமாகும்.

காது கேளாமை மறையும்.

மனத்தில் உள்ள வெறுமை உணர்வு மறைந்து போகும்.

மனத்தில் தோன்றும் தீய எண்ணங்கள் மறையும், உயர்ந்த எண்ணங்கள் ஏற்படும்.

நெஞ்சு படபடப்பு குறையும்.

உயர் இரத்த அழுத்தம் இயல்பு நிலைக்கு வரும்.

உடலில் உருவான நச்சுக்கள் மலம், சிறுநீர் ஆகியவற்றின் மூலமாக வெளியேறிவிடும்.

உள் உறுப்புக்கள் சரியாக இயங்கும்.

அடிக்கடி சளித்தொல்லையினால் பாதிக்கப்படுகிறவர்கள், காதுவலி, மார்புச்சளி இருப்பவர்கள் இந்த முத்திரையைச் செய்து வந்தால் பாதிப்புக்கள் குறையும்.

சின்ன விஷயத்திற்கும் கோபம் வருகிறவர்களும், புதிதாக ஒரு செயலைச் செய்வதற்கு முன்னால் படபடப்பு கொள்கிறவர்களும் இந்த முத்திரையைச் செய்வது நல்லது. படபடப்பு குறையும், ரத்தகொதிப்பு இயல்பு நிலைக்கு வரும்.

நமது பழங்கால முனிவர்களும், ரிஷிகளும் விரல் நுனிகளில் ஒருவித மின்சக்தி இருப்பதாக அறிந்தனர். அந்த மின்சக்தியைப்

பயன்படுத்தி உடலின் வலிமை, மனத்தின் ஆற்றல் மற்றும் செயல் திறமை ஆகியவற்றை அதிகப்படுத்த முடியும் என்பதைக் கண்டறிந்து முத்திரைகளைக் கண்டுபிடித்தனர்.

விரல் நுனியில் மின்சாரமா? இருபத்தொண்ணாம் நூற்றாண்டில் இது என்ன கேலிக்கூத்து என்று சில அறிவுஜீவிகள் எள்ளி நகையாடலாம். தொட்டால் சுருங்கிச் செடியின் அருகே சென்று அதை விரலால் தொடுங்கள். அது உடனே தன் இலைகளை மூடிக்கொள்கிறது. நமது கையில் இருந்து விரல்களின் மூலமாக வெளிப்படும் மின்சாரம் அதைத் தாக்குகிறது. அந்தக் காலத்தில் பூ அரும்புகளை விரல் நுனியால் சுட்டிக் காட்டக்கூடாது என்பார்கள்.

விரலும் நித்யமல்லிகையும்

எங்கள் வீட்டில் நித்ய மல்லிகைக் கொடி இருந்தது. அதில் நித்ய மல்லிகை பூக்கள் தினந்தோறும் பூத்து மணம் வீசும். இலைகளுக்கு இடையில் ஏராளமான மொட்டுக்கள் மலர்ந்திருக்கும். நான் பள்ளிக்கூடத்தில் இருந்து வந்ததும் என்னை ஓட்டு வீட்டின் கூரை மீது ஏறி அரும்புகளைப் பறிக்கச் சொல்வார்கள். என்னுடைய அக்காவும் மற்ற பெண்களும் கீழே நின்றபடியே பூக்களைப் பறிப்பார்கள். அவர்கள் கைகளுக்கு அருகே ஆனால் கண்களுக்குத் தெரியாமல் சில மொட்டுக்கள் இருக்கும். அவற்றை நான் மேலே இருந்து பார்க்கும் போது தெரியும். அதோ ஒரு மொட்டு இருக்கிறது, அதைப் பறி என்று என் அக்காவிடம் சொல்வேன்.

எங்கே தெரியலியே என்பாள். உடனே நான் அருகே நகர்ந்து வந்து அதை என் ஆள்காட்டி விரலால் காட்டுவேன்.

விரலை நீட்டி மொட்டுக்களைக் காட்டாதே, விரலை மடக்கிக் கொண்டு காட்டு என்பாள் அக்கா. அப்போது அதற்கான காரணம் எனக்குத் தெரியவில்லை. இப்போது தெரிகிறது. நம் கையில் இருந்து வெளியாகும் மின் அலைகள் அந்த மொட்டுக்களைப் பாதிக்கலாம் அல்லவா? அதுதான் காரணமாக இருக்க முடியும்.

தோட்டத்தில் பாத்தி கட்டி விதைகளை தூவிய பிறகு

அந்த விதைகள் முளைத்து வரும். விதையில் இருந்து தோன்றும் முளைக்குருத்துக்களை விரல் நுனியால் தொடக்கூடாது என்பார்கள் விவசாயிகள். நம் கையில் இருந்து பாயும் மின்காந்த அலைகள் முளைவிடும் இளந்துளிரை கருக்கிவிடும் என்பதே அதன் காரணமாக இருக்கலாம்.

கோடை வெப்பத்தினால் மட்டும் அல்ல, பனியின் அதிகப்படியான குளிர்ச்சியினால் கூட தாமரைப்பூக்கள் கருகுவதை குளங்களில் பார்த்திருப்பீர்கள். ஆகவே ஒரு செடியின் முளைவிடும் துளிரை கருக்குவதற்கு தீப்பந்தம் தான் வேண்டும் என்பதில்லை, நமது விரல் நுனியே போதும்.

எதற்காக இத்தனை உதாரணங்களைத் தருகிறேன் என்றால், நமது விரல்களில் பிரத்தியேகமான சக்தி அலைகள் பாய்கின்றன. இதை உணர்ந்துதான் நமது முன்னோர்கள் முத்திரை யோகத்தைக் கண்டறிந்துள்ளனர் என்பதை அறிவதற்குத்தான்.

வாழ்க்கையின் உயர்ந்த இலட்சியங்களை அடைவதற்கு இந்த ஆகாய முத்திரை பெரிதும் உதவும்.

நடந்து கொண்டோ அல்லது உணவு உண்ணும் நேரத்திலோ இந்த முத்திரையைச் செய்யக்கூடாது. மேல் நிலை தியானம் செய்பவர்கள் இந்த முத்திரையோடு தியானப் பயிற்சிகளை மேற்கொண்டால் விசுத்தி சக்கரம் இயக்கப்பட்டு, அதீத தெய்வீகக் காட்சிகளைத் தரிசிப்பார்கள். மேலும் ஆன்ம லாபம் அதிகமாகும்.

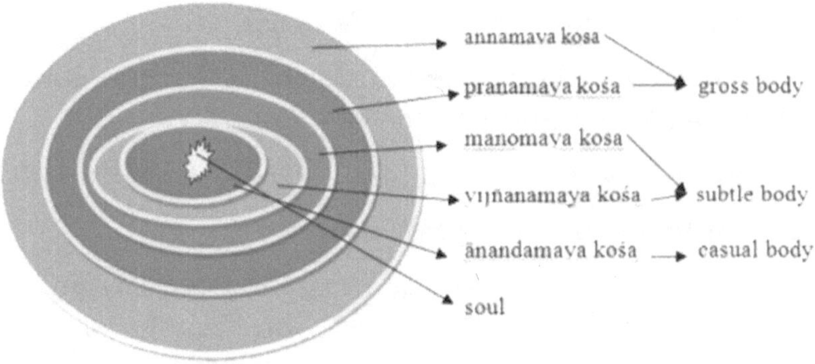

20. பஞ்ச கோசங்களும் தச வாயுக்களும்

யோகம் மற்றும் வேதாந்த சாஸ்திரங்கள் நமது ஆன்மாவானது ஸ்தூல உடம்பு, சூக்கும உடம்பு மற்றும் காரண உடம்பு ஆகிய மூவகை உடல்களோடு இணைந்திருப்பதாகக் குறிப்பிடுகிறது. இந்த மூன்று உடல்களும் பஞ்ச கோசங்களையும் இணைத்துக் கொண்டிருக்கிறது. கோசங்கள் என்றால் கவசங்கள் என்றும் அல்லது மேலுறை என்றும் பொருள் கொள்ளலாம்.

அன்னமய கோசம்
பிராணமய கோசம்
மனோமய கோசம்
விஞ்ஞானமய கோசம்
ஆனந்தமய கோசம்

என்பவை பஞ்ச கோசங்கள் எனப்படும்.

இந்தப் பஞ்ச கோசங்களில்

ஸ்தூல உடலில் அன்னமய கோசமும்,

சூட்சும உடலில் பிராணமய கோசம், மனோமய கோசம், மற்றும் விஞ்ஞான மய கோசமும்,

காரண உடலில் ஆனந்த மய கோசமும் இருக்கின்றன.

அன்னமய கோசம் என்றால் என்ன?

நமது ஸ்தூல உடல் ஆகாரத்தின் அடிப்படையில் உண்டாகிறது. ஒருநாள் உணவைச் சாப்பிடாதே என்றால் அதனால் பட்டினி கிடக்க முடியாது, அதைப்போலவே இரண்டு நாட்கள் சாப்பிட வேண்டிய உணவை இப்போதே ஒரே வேளையில் சாப்பிடு என்றாலும் அதனால் ஏற்க முடியாது. இதைத்தான் அவ்வையார்,

ஒரு நாள் உணவை ஒழி என்றால் ஒழியாய்
இரு நாள் உணவை ஏல்என்றால் ஏலாய்

என்று பாடி இருக்கிறார்.

உடல் என்பது உணவின் பிண்டமாக அமைந்திருக்கிறது, உணவு இல்லாவிட்டால் உடல் அழிந்து போய்விடும்.

தோல், இரத்தம், தசை, கொழுப்பு, எலும்புகள், மஜ்ஜை, சுக்கிலம், பெண்களின் உடம்பில் சுரோணிதம் ஆகியவற்றுடன் கூடியிருந்து அன்னமய கோசம் உடலை இயங்க வைக்கிறது.

இதற்கு அடுத்ததான பிராணமய கோசம் என்பது இரத்த ஓட்டம், செரிமானம், சுவாச இயக்கம், நாளமில்லா சுரப்பிகள், பிறப்பு உறுப்புக்களின் இயக்கம் மற்றும் சூக்கும சக்கரங்கள் ஆகியவற்றோடு செயல்படுகிறது.

காற்றைச் சுவாசிப்பதால் நமது உடம்பு உயிரோடு இருக்கிறது, இது பிராணமய கோசம். பிராணனை எப்படி சுவாசத்தின் மூலமாக அதிகப்படுத்துவது, எந்த வகையான ஆற்றலைப் பெறுவது போன்றவற்றை யோக நூல்கள் கற்றுத் தருகின்றன. பிராணன் என்பது வேறு, பிராணா என்பது வேறு.

மூன்றாவது மனோமய கோசம் இது எண்ணங்களினால் உருவாவது. தர்ம சாஸ்திரம் மனநலனுக்கு முக்கியத்துவம் தருகிறது. இதைச் செய்ய வேண்டும் என்றும் இதைச் செய்யக்கூடாது என்றும் கற்றுத் தருகிறது. மனிதன் எண்ணங்களின் அடிப்படையில் தான் உருவாகிறான். சொல்லப் போனால் எண்ணங்களே மனிதனை ஆளுகின்றன. மனிதன் எதை நினைக்கிறானோ அதுவாகவே ஆகிறான். இதைத் தான் மனோமய கோசம் விளக்குகிறது.

இதற்கு அடுத்த நிலையில் புத்தியினால் அமைவது விஞ்ஞானமய கோசம் எனப்படும். எண்ணிக்கையற்ற சிந்தனைகளுக்கு வடிவம் கொடுப்பதே புத்தி.

இந்த நான்கு கோசங்களினாலும் மனிதன் அடையும் மகிழ்ச்சி ஆனந்தம் ஆகியவை ஆனந்தமய கோசம் எனப்படும். இது மாறாத மகிழ்ச்சி நிலைத்த இன்பம். இதுவே ஆன்ம இன்பம் எனப்படும். ஆனந்தமய கோசம் என்பது காரண சரீரத்துடன் இணைந்து ஆனந்தத்தை வெளிப்படுத்துகிறது.

PANCHA PRANA
THE FIVE VITAL ENERGIES

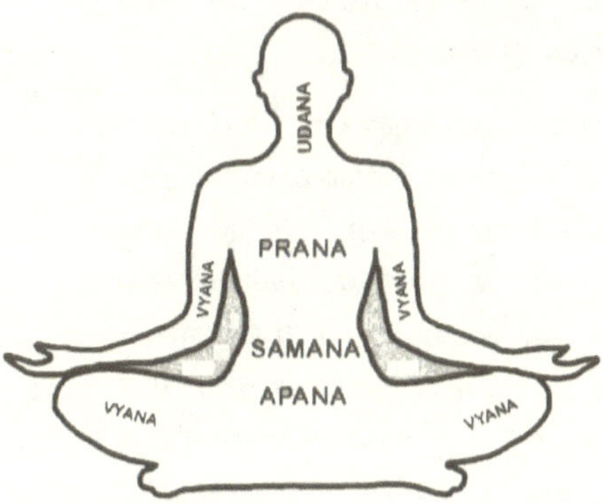

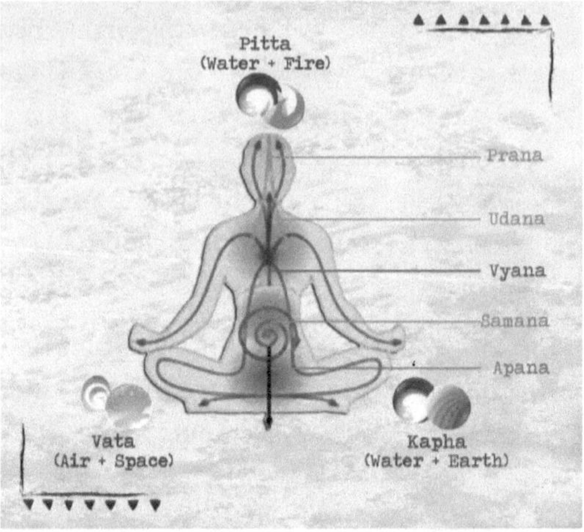

21 தச வாயுக்கள்

பிராணன் மனித உடலை இயக்குகிறது. பஞ்ச பூதங்களினால் உருவாகி அதே பஞ்ச பூதங்களினால் இயக்கப்படும் மனித உடலை பிராணன் ஆட்சி செய்கிறது. இந்தப் பிராணன் உடலின் பல்வேறு பகுதிகளில் செயல்புரிகிறது. அந்த நிலைக்கு ஏற்ப பஞ்ச பிராணன்கள் என்று வகைப்படுத்தப்படுகிறது.

பிராணன், அபானன், சமானன், உதானன், வியானன் என்பவை ஐந்து முக்கியப் பிராணன்கள். இது தவிர நாகன், கூர்மன், கிருகரன், தேவதத்தன், தனஞ்செயன் ஆகிய உப பிராணன்களும் இருப்பதை யோக சாஸ்திரங்கள் தெரிவிக்கின்றன. இவை அனைத்தும் சேர்ந்து தசவாயுக்கள் எனப்படும். இவைகள் ஒவ்வொன்றைப் பற்றியும் அறிந்து கொள்வோம்.

பிராணன் தலையைத் தங்கும் இடமாகக் கொண்டது, தொண்டையிலும் மார்பிலும் உலவுகிறது. மூச்சை இயக்குகிறது, உட்சுவாசத்தின் மூலமாக இயற்கையில் இருந்து பிராண சக்தியைப் பெறுவதற்கு வழி செய்கிறது.

இதன் இருப்பிடம் இதயம், இதயத்தின் இயக்கத்தைச் சரிவரச் செய்வது, இரத்தத்தை இதயத்தில் இருந்து உடலின் பல பாகங்களுக்கும் ஓடும்படிச் செய்வது, பசி தாகங்களை உண்டாக்குவது, சாப்பிட்ட ஆகாரத்தைச் செரிக்க வைப்பது ஆகியவை பிராணனின் பணிகள்.

அபான வாயு மூலாதாரமாகிய குதத்துக்கும், பிறப்பு உறுப்புக்களுக்கும் இடைப்பட்ட பிரதேசத்தில் இருந்து, மலத்தையும், சிறுநீரையும் வெளியேற்றுதல் மற்றும் ஆணின் சுக்கிலத்தையும், பெண்ணின் சுரோணிதத்தையும் வெளியேற்றுதல் ஆகிய பணிகளைச் செய்கிறது.

உதான வாயு உதராக்கினியை எழுப்பி உணவின் சாரத்தை 7200 நாடிகளிலும் கொண்டு சேர்ப்பிக்கிறது. இது தொண்டைப்பகுதியில் இருந்து சாப்பிடும் உணவுப் பொருட்களை விழுங்கி ரசம், ரத்தம், தசை, எலும்பு, மஜ்ஜை, கொழுப்பு, விந்து நாதமாகப் பிரிப்பதற்கும், பிரித்த பிறகு கழிவுகளை மலப்பையில் தள்ளுவதற்கும் உதவுகிறது.

சமானன் எல்லா வாயுக்களையும் தனது கட்டுப்பாட்டில் சமமாக விளங்க வைப்பது. அதிகமாக உள்ளனவற்றை குறைத்தும், குறைவாக இருப்பதை அதிகப்படுத்தியும் ஒரு நிலையில் வைத்து அதனதன் பணிகளைச் செம்மையாக்க உதவுகிறது. இந்த வாயு நாபிக்கமலத்தில் இருந்து பசி, தாகம் ஆகியவற்றையும், செரிமானம் மற்றும் உடலின் வெப்பநிலை ஆகியவற்றையும் கட்டுப்படுத்துகிறது.

வியானவாயு, இது உடல் முழுவதும் எல்லா இடங்களிலும் நிறைந்திருக்கிறது. தோலின் தொடு உணர்ச்சிக்கு உதவுகிறது. இது ஸ்பரிசங்களை மூளைக்கு அறிவிப்பது. காற்று நமது உடலில் பட்டவுடன் அதை உணர்வது/

இவை முக்கியமான பஞ்ச பிராணன்கள். இவை தவிர இருக்கின்ற மற்ற ஐந்து பிராணன்களைப் பற்றியும் இப்போது

தெரிந்து கொள்ளலாம்.

நாகன் வாயு: இது தொண்டைப்பகுதியில் இருந்து வாந்தி உணர்ச்சி மற்றும் வாந்தியை உண்டுபண்ணி உடலுக்கு ஒவ்வாத அல்லது செரிமானம் ஆகாத உணவுப்பொருட்களை வெளியே தள்ளி உடம்பைப் பாதுகாக்கிறது.

கூர்மன் வாயு: இது கண்களில் இருந்து இமைகளைத் திறந்து மூடுவதற்கும், கண்ணீரை வரவழைத்து தூசி தும்பு ஆகியவற்றை வெளியேற்றுவதற்கும் காரணமாக இருக்கிறது. மேலும் இது விரிந்து சுருங்கும் புருவ அசைவுகளுக்கும் உரியது.

கிருகரன் வாயு: இது மூக்கில் இருந்து வாசனை அறிவதற்கும், தும்மலை உண்டாக்கி நோய்க்கிருமிகளை வெளியே தள்ளுவதற்கும் காரணமாக இருக்கின்றது.

தேவதத்தன் வாயு: இது மார்பில் இருந்து கொண்டு கொட்டாவி மற்றும் விக்கலை உண்டாக்குகிறது. தேவதத்தன் விழித்திருக்கும் போது ஓடுவித்தலும், உலாவுதலும் மற்றவர்களிடம் சண்டை சச்சரவுகளை உண்டாக்குவதும். வாய்விட்டுச் சிரித்தலும் மனதுக்குப் புது உற்சாகத்தைத் தூண்டுவதும், கவலையினால் மனக்குழப்பத்தை உண்டாக்குவதும், ஆத்திரப்படவைப்பதும் இதன் வேலை என்று யோக சாஸ்திரங்கள் கூறுகின்றன.

தனஞ்செயன் வாயு: இது உடலை வீங்க வைத்தலும், விரிய வைத்தலும், புளிப்பித்தலும் செய்து உயிர் பிரிந்து மூன்று நாட்களுக்குப் பிறகு வயிறு, அல்லது கபாலத்தின் வழியாக வெடித்து பர வெளியுடன் கலப்பது என்று யோக நூல்கள் தெரிவிக்கின்றன.

மேலும் இது தாயின் கர்ப்பத்தில் இருக்கும் சிசுவை வெளியே தள்ளும். தச வாயுக்கள் எனப்படும் இவற்றில் தனஞ்செயனைத் தவிர மற்ற ஒன்பது வாயுக்களும் மனிதன் மரணம் அடையும் போது அவனுடைய பிராணனுடன் சேர்ந்து வெளியே போய்விடும். ஆனால் தனஞ்செயன் வாயு மட்டும் உடம்பை விட்டு உயிர் போனபிறகும் வெளியேறாமல் இருக்கும். இந்த வாயு உயிர்போன உடம்பை வீங்கச் செய்தல், ஒன்பது துவாரங்களின் வழியாகவும் நுரை மற்றும் நீர் கசியச்

செய்தல், உடம்பை அழுகவைத்து நாற்றம் எடுக்க வைத்தல், போன்றவற்றைச் செய்து கொண்டே இருக்கும்.

சுடுகாட்டிற்குக் கொண்டு சென்று உடலைத் தீமூட்டியவுடன் பாதி உடம்பு வெந்த பிறகு, டப் என்ற சத்தத்துடன் வெடித்துக் கொண்டு வெளியேறும். உடம்பை எரிக்காமல் புதைத்துவிடும் போது இந்த வாயு உடம்பை மண்ணோடு மண்ணாக மக்கச்செய்து விட்டு அதன் பிறகே வெளியேறும்.

மகான்கள் இறந்துபோனவரை உயிர்ப்பித்து எழச் செய்வதாக நாம் கேள்விப்பட்டு இருக்கிறோம் அல்லவா? அவர்கள் இந்தத் தனஞ்செய வாயுவின் உதவி கொண்டு தான் போன உயிரை மீட்டு வந்திருக்கிறார்கள்.

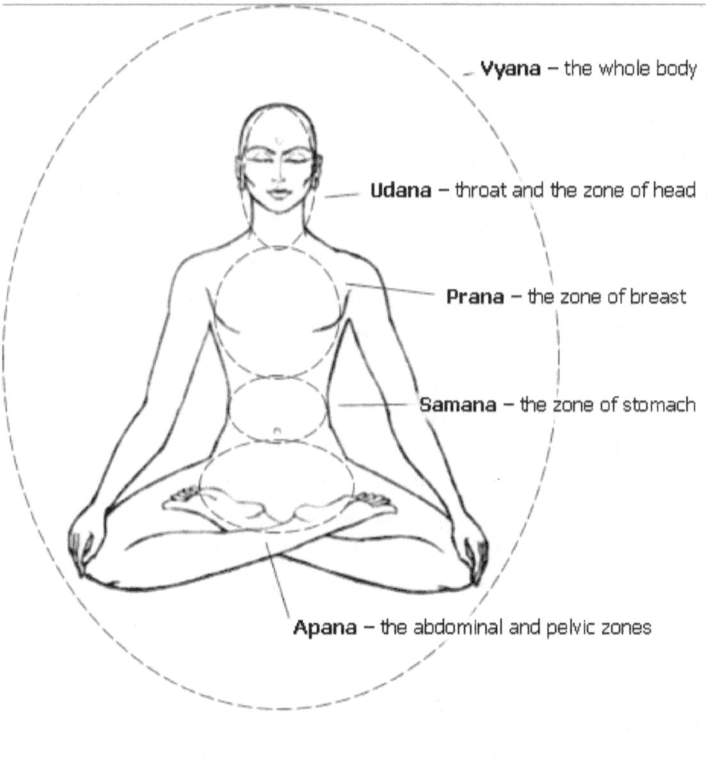

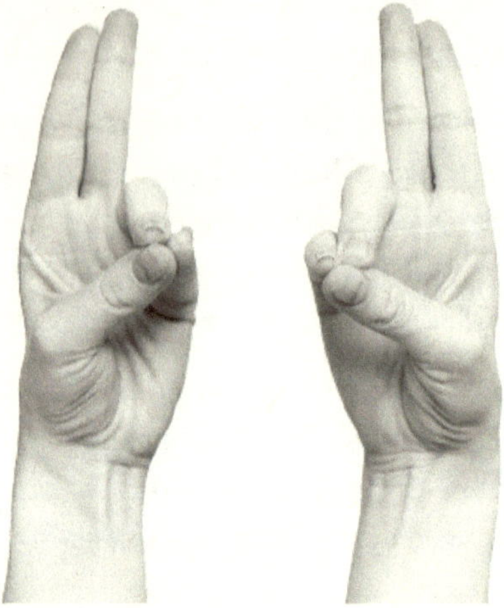

22. பிராண முத்திரை

பிராண முத்திரை முக்கியமான பஞ்ச பிராணன்களில் பிராண வாயு கபாலத்தை இடமாகக் கொண்டு கீழே இறங்கி தொண்டை, இதயம், நுரையீரல், உதரவிதானம் வரை அடைகிறது. பிராணன் சுவாசத்திற்குப் பொறுப்பேற்றுக் கொள்கிறது. மேலும் இது மூளையின் செயல்பாட்டிற்கும், எண்ணங்கள், உணர்ச்சிகள் ஆகியவற்றை அடக்கி ஆள்வதற்கும் காரணமாக இருக்கிறது.

சுண்டுவிரல் மற்றும் மோதிரவிரல் ஆகியவற்றின் நுனிப்பகுதியால் பெருவிரலின் நுனிப்பகுதியைத் தொடவும். அதிக அழுத்தம் தரவேண்டிய அவசியம் இல்லை. மற்றைய இரண்டு விரல்களும் வளைவில்லாமல் நேராக இருக்கும்படியாகப் பார்த்துக் கொள்ளவும். பெருவிரல் நெருப்பு தத்துவத்தின் பிரதி நிதி இவ்வாறே மோதிரவிரல் நிலம், சுண்டுவிரல் என்பது நீர் தத்துவத்தின் பிரதிநிதியாகச் செயலாற்றுகின்றன. இந்த

மூன்று பூதங்களும் ஒரு புள்ளியில் இணையும் போது உடலில் உள்ள அழுக்குகள் நீக்கப்படுகின்றன. சக்தி ஓட்டத்திற்கு ஏற்படும் தடைகள் தகர்த்தெறியப்படுகின்றன. புதிய பிராணசக்தி அதிகமான அளவில் உற்பத்தி செய்யப்படுகிறது. நமது தேவைக்கு ஏற்றாற்போல இந்த முத்திரையை ஐந்து முதல் முப்பது நிமிடங்கள் வரையில் செய்யலாம். பத்மாசனம் அல்லது சித்தாசனத்தில் அமர்ந்து செய்தால் முழுமையான பலன் அடையலாம்.

பிராண முத்திரை மூலாதாரச் சக்கரத்தோடு தொடர்புடையது. ஆகவே இது மூலாதாரச் சக்கரத்தில் அசைவை ஏற்படுத்துகிறது. இந்த முத்திரை உடலுக்கும், உள்ளத்திற்கும் நன்மை தருகின்ற சக்தி ஆற்றல்களைத் தூண்டிவிட்டு அவற்றை சுறுசுறுப்போடு செயல்பட வைக்கிறது. இந்த முத்திரையால் கண் கோளாறுகள் நீங்கி ஒளி பெறும். நோய் எதிர்ப்பு சக்தி அதிகரிக்கும்.

இது நரம்புத்தளர்ச்சியைச் சரிசெய்து ஆண்மைக் குறைவைப் போக்கும். இந்த முத்திரையைத் தொடர்ந்து செய்து வந்தால் மன உறுதி, நம்பிக்கை, எந்தக் காரியத்தையும் வெற்றிகரமாகச் செய்து முடிக்கலாம் என்ற தைரியம் ஆகியவை அதிகமாகும். இது கண்பார்வைக் குறைவு நோய்களுக்கு நல்ல சிகிச்சையாகவும் அமைகிறது.

நமது உள்ளத்தில் நல்ல எண்ணங்களை அதிகமாக்கி பாசிட்டிவ் திங்கிங் எனப்படும் நேர்மறை சக்தியைத் தூண்டி உடலையும் உள்ளத்தையும் இளமையாகவும், ஆரோக்கியமாகவும் வைத்திருக்க இந்த முத்திரை பெரிதும் உதவுகிறது.

பிராண முத்திரையைத் தொடர்ந்து பயிற்சி செய்து வந்தால் உடலில் உள்ள தாது உப்புக்கள் மற்றும் வைட்டமின்கள் ஆகியவற்றின் நிலை உயரும். நோயாளிகள் இந்த முத்திரையைச் செய்துவர, அவர்களுடைய உடலில் நோய் எதிர்ப்புத்திறன் அதிகமாகும், இதன் காரணமாக சீக்கிரமாகக் குணம் அடைவார்கள்.

இந்த முத்திரைக்கு ஜீவ முத்திரை என்ற பெயரும் உண்டு, பிராண முத்திரையை இரண்டு கைகளிலும் செய்யலாம். பிராண முத்திரை உடலின் செயல்பாட்டை அதிகப்படுத்தி, முகத்திலும் உடலிலும் புத்தொளியைப் பிரகாசிக்கச் செய்யும்.

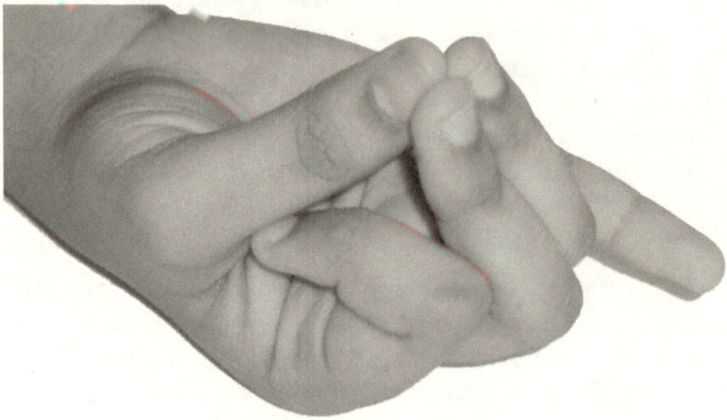

23. அபான வாயு முத்திரை

அபான முத்திரையைச் செயல்படுத்தும் முறையினை தன்வந்திரி மகிரிஷி தனது தன்வந்திரி வைத்தியம் 1000 என்ற நூலில் கூறியிருக்கிறார்.

சித்தான அபான முத்திரையைச் செய்து
தீர்க்கமுடன் கிலி என்று தியானம் செய்ய
வத்தான பூரணமாய் சிவயோகஞ் சித்தி
மகத்தான கற்பூர தீபஞ் சித்தி
வித்தான பிரமனொரு சரசுவதியும் சித்தி
வேதமயமான சிவயோகஞ் சித்தி
சத்தான அபான முத்திரையுட மகிமை
சங்கையுடன் கண்டு சிவயோகம் செய்யே

அபான முத்திரையை இரண்டு கைகளிலும் செய்யும் போது கண்களை மூடிக் கொண்டு, மனக் கண்ணால் புருவ மத்தியைப் பார்த்துக் கொண்டு கிலி என்ற மந்திரத்தை ஜெபிக்க வேண்டும்.

இவ்வாறு முத்திரையோடு தியானம் செய்து மந்திரத்தையும் ஜெபித்தால் பூரணமான சிவயோகமும், வேதமயமான பிரம்மன், சரஸ்வதி ஆகியோருடைய அருளும் கிடைக்கும் என்கிறார். இப்போது அபான வாயு முத்திரையை எப்படிச் செய்வது என்று தெரிந்து கொள்வோம்.

நமது உடலை இயக்கும் பிரதானமான பஞ்ச வாயுக்களில் பிராணனைப் போலவே அபானவாயுவும் மிக முக்கியமானது. குறிப்பாக நமது இதயம் நல்ல நிலையில் இயங்குவதற்கு இந்த முத்திரை பெரிதும் உதவுகிறது.

வலதுகை ஆட்காட்டி விரலை வளைத்து கட்டை விரலின் அடிப்பகுதியைத் தொட்டுக்கொண்டு இருக்குமாறு வைத்துக் கொள்ளவும். அதேநேரத்தில் நடுவிரல் நுனியும், மோதிரவிரல் நுனியும் கட்டைவிரலின் நுனியைத் தொட்டபடியே இருக்க வேண்டும். சுண்டு விரலை நீட்டிக் கொள்ளவும். இரண்டு கைகளிலும் இந்த முத்திரையை ஒரு நாளைக்கு மூன்று முறை, ஒவ்வொரு தடவையும் பதினைந்து நிமிடங்கள் செய்யலாம்.

இந்த முத்திரையை பத்மாசனம் அல்லது சித்தாசனத்தில் அமர்ந்துகொண்டு செய்யலாம். இந்த ஆசனங்களில் பழக்கம் இல்லாதவர்கள் நாற்காலியில் அமர்ந்து கொண்டும் செய்து வரலாம்.

அபானவாயு முத்திரை பலவிதமான இதயத் தொடர்பான நோய்களைக் குணப்படுத்துகிறது. அதோடு மாரடைப்பு வந்தவர்கள் கூட இந்த முத்திரையைச் செய்தால் இது முதல் உதவி போல செயல்படுகிறது. மருத்துவமனைக்குச் செல்லும் வரை இந்த முத்திரையைத் தொடர்ந்து செய்து வந்தால் உயிர் இழப்பு நேரிடுவதைத் தடுக்கலாம்.

இந்திய மருத்துவக் குறிப்பின் படி நமது உடலில் உள்ள அபானவாயு சரியான படி வெளியேற வில்லை என்றால் மலம், சிறுநீர் போன்ற கழிவுப்பொருட்கள் சரியாக வெளியேறாது. அது பலவிதமான நோய்களை உண்டாக்கும். இந்த முத்திரையைத் தொடர்ந்து பயிற்சி செய்துவர உடலின் கழிவுப் பொருட்கள் சரியாக வெளியேறும்.

மேலும் தோலின் வழியாக வெளியேறும் வியர்வை, வாய் மற்றும் மூக்கு ஆகியவற்றின் மூலமாக வெளியேறும் வேண்டாத பொருட்கள் ஆகியவை அபானவாயு சரியாக இயங்கினால் மட்டுமே ஒழுங்காக வெளியேறும். கழிவுப் பொருட்கள் சரியாக அகற்றப்படாத குறைபாடுகளைப் போக்க அபானவாயு முத்திரையை முறையாகப் பயிற்சி செய்து வரவேண்டும்.

அபானவாயு முத்திரையின் அதிசயிக்கத்தக்க ஆற்றலை நேரில் அறிந்து கொள்ளும் அரிய வாய்ப்பு எனக்குக் கிடைத்திருக்கிறது.

என்னுடைய நண்பரின் அப்பாவுக்கு சில நாட்களாக சிறுநீர் சரியாக வெளியேறவில்லை.

மருத்துவமனைக்குச் சென்றோம். பரிசோதனைகள் செய்தார்கள். அவருக்கு கற்கள் எதுவும் இல்லை என்றும், பிராஸ்டேட் சுரப்பி வீக்கமும் இல்லை என்றும் தெரிவித்தனர். அப்பா தொடர்ந்து மருந்து மாத்திரைகள் சாப்பிட்டு வந்தார். இரண்டு நாட்களுக்குப் பிறகு அவருக்கு சிறுநீர் வெளியேறவே இல்லை, மிகவும் வேதனைப்படுகிறார் என்று நண்பர் என்னிடம் வந்து விஷயத்தைச் சொன்னார்.

இந்த நிலையில் நான் அவருடைய தகப்பனாரிடம் சென்று முத்திரை யோகத்தைப் பற்றி தெரிவித்தேன்.

அவருக்கு அதில் அவ்வளவாக நம்பிக்கை இல்லை. மருந்து மாத்திரைகளினால் குணம் ஆகாத உடம்பு விரல்களை இப்படியும் அப்படியும் வைத்துக்கொண்டு உட்கார்ந்திருந்தால் சரியாகிவிடுமா? என்று வேதனையோடு கேட்டார்.

எனக்கு நம்பிக்கை இருக்கிறது, உங்களுக்கும் அந்த

நம்பிக்கை வேண்டும். இதை செய்வதால் உங்களுக்கு நஷ்டம் எதுவும் இல்லை. ஐந்து ரூபாய் கூட செலவாகாது. ஆனால் இந்த சிகிச்சையால் உங்கள் வலியும் வேதனையும் குணமானால் லாபம் தானே? ஆகவே செய்து பாருங்கள் என்றேன்.

அவர் வேறு வழியில்லாமல் அரைமனத்தோடு முத்திரைகளைச் செய்வதற்கு ஒப்புக் கொண்டார்.

நான் அவருக்கு அபானவாயு முத்திரையைச் சொல்லிக் கொடுத்து பத்து நிமிடங்கள் செய்யச் சொன்னேன். அவர் நாற்காலியில் உட்கார்ந்தபடியே செய்தார்.

பிறகு மேலும் பத்து நிமிடங்கள் இரண்டு கைகளிலும் செய்ய வைத்தேன். ஏதோ அற்புதம் நடக்கப்போகிறது என்பதைப் போல அவரைச் சுற்றி நின்று எல்லோரும் வேடிக்கை பார்த்தனர். ஒன்றும் நடக்கவில்லை.

எனக்குக் கொஞ்சம் அச்சமாக இருந்தாலும், பதஞ் சலி முனிவரை வேண்டிக் கொண்டு அவரை மேலும் பத்து நிமிடங்கள் அபானவாயு முத்திரையை செய்ய வைத்தேன்.

என்ன ஆச்சரியம்? முப்பது நிமிடங்களுக்குப் பிறகு அவர் எந்த விதமான உபாதையும் இல்லாமல் சிறுநீர் கழித்து விட்டு வந்தார். முதலில் சொட்டுச்சொட்டாக சிறுநீர் வந்ததாகவும், அதற்குப் பிறகு சாதாரணமாக வெளியேறியதாகவும் பெரியவர் தெரிவித்தார்.

அரைமணி நேரத்தில் நான் அங்கு ஹீரோ ஆகிவிட்டேன். முத்திரை யோகத்தைக் கண்டு பிடித்த நமது முன்னோர்களுக்கு நான் மனப்பூர்வமாக நன்றி செலுத்தினேன்.

அவராலும் வீட்டில் இருந்த உறவினர்களினாலும் இந்த சிகிச்சையை நம்பவே முடியவில்லை. சொல்லப்போனால் எனக்கும் அப்போது தான் முத்திரையின் மீது முழுமையான நம்பிக்கை வந்தது. இதுநாள் வரையில் முத்திரைகளைப் பற்றி கேள்விப்பட்டு இருக்கிறேன். அவற்றின் செயல்பாடுகளைப் பற்றி நிறையவே படித்திருக்கிறேன். ஆனால் முதன்முறையாக முத்திரைகளுக்கு அற்புதமான குணப்படுத்தும் சக்தி இருப்பதை அன்று தான் நேரில் அனுபவித்து அறிந்து கொண்டேன்.

அபான வாயு முத்திரையை காலரா நோயினால் பாதிக்கப்பட்டவர்கள் செய்யக்கூடாது.

பெண்கள் தங்கள் பிரசவத்திற்கு ஒரு மாதம் முன்னதாகவே இந்த முத்திரையைத் தினந்தோறும் ஐந்து முதல் பதினைந்து நிமிடங்கள் செய்து வருவது நல்லது. இதன் மூலமாக அவர்களுக்கு சுகப்பிரசவம் ஏற்படும்.

அபான முத்திரை என்ற பெயரில் இது மற்றொரு வகையிலும் செய்யப்படுகிறது. கட்டைவிரல், நடுவிரல், மோதிரவிரல் ஆகியவற்றின் முனைகளை ஒன்றாக இணைத்து வைக்கவும். ஆட்காட்டி விரல் மற்றும் சுண்டுவிரல்களை நேராக நீட்டிக் கொள்ளவும். இந்த முத்திரை அபான முத்திரை எனப்படுகிறது. இது உடலில் சேர்ந்துள்ள நோய்க்கிருமிகள், விஷத்தன்மை ஆகியவற்றை வெளியேற்றுகிறது.

இதயநோய் வராமல் தடுக்க ஆசைப்படுபவர்கள் அபானவாயு முத்திரையைத் தொடர்ந்து செய்து வரவேண்டும். நோய் வந்தவர்கள் மருந்து மாத்திரைகளோடு இந்த முத்திரைப் பயிற்சியைச் செய்து வந்தால் உடல் ஆரோக்கியம் அதிகமாகும்.

அபானவாயு நமது யோக சக்கரங்களில் மூலாதாரம், சுவாதிஷ்டானம் ஆகியவற்றோடு தொடர்புடையது. ஆகவே இனப்பெருக்க உறுப்புக்கள், சிறுநீரகங்கள், குடல் ஆகியவற்றை இயக்குகிறது. கழிவு நீர், மலம் வெளியேறுவது இந்த வாயுவின் செயலால் தான். அவ்வாறே ஆண்களுக்கு சுக்கிலம் வெளியேறுவதற்கும் இந்த வாயுவே காரணமாக இருக்கிறது.

அபானவாயு முத்திரையைச் செய்யும் போது உடலில் உள்ள கழிவுப் பொருட்கள் முழுமையாக வெளியே தள்ளப்படுகின்றன. இந்த முத்திரையைச் செய்யும் போது கல்லீரல், பித்தப்பை ஆகியவை தூண்டப்படுகின்றன. உடல் புத்துணர்ச்சியும், மனத் தெளிவும் பெறுகின்றது.

நரம்புகள் உறுதியாகின்றன, மலச்சிக்கல் குறைகிறது. மூலநோய் கட்டுப்படுகிறது.

வாயுத்தொல்லை அகலும், நீரிழிவு நோய் கட்டுப்படும்.

சிறுநீரக நோய்கள் அகலும், இதயம் வலுவடையும், வாயில் பற்கள் மற்றும் ஈறு சம்பந்தப்பட்ட நோய்கள் குணமாகும்.

காரணம் இல்லாமல் சிலருக்கு உடம்பில் எரிச்சல் உண்டாகும். பாதங்களும், புறங்கைகளும் திகுதிகுவென நெருப்புப்பட்டது போல எரியும். அவர்கள் இந்த முத்திரையைத் தொடர்ந்து செய்தால் நோய் மறையும்.

மன அமைதியும் சிந்தனையில் தெளிவும் ஏற்படும். இந்த முத்திரையை இதய நோய் உள்ளவர்களும், உயர் இரத்த அழுத்த நோய் இருப்பவர்களும் ஒவ்வொரு நாளும் 15 நிமிடங்கள் செய்து வந்தால் நல்ல பலன் பெறலாம். இது இதய அடைப்பினை நீக்க பெரிதும் உதவுவதாக யோகவல்லுநர்கள் தெரிவிக்கின்றனர். மேலும் உடலில் உள்ள வாயுவை வெளியேற்றி மார்புவலியைப் போக்கும். இந்த முத்திரை இதயத்தசைகளை வலுப்படுத்தும், அதோடு உடல், சருமம் ஆகியவற்றில் உள்ள கழிவுகளை வெளியேற்றுவதற்குப் பெரிதும் துணைபுரியும்.

கர்ப்பிணிப் பெண்கள் இந்த முத்திரையை முதல் எட்டு மாதங்கள் வரையில் செய்யாமல் இருப்பது நல்லது. அதற்குப் பிறகு செய்து வந்தால் சுகப்பிரசவம் உண்டாகும்.

இந்த முத்திரை, மனதை ஒருநிலைப்படுத்தும், பொறுமையை அதிகரிக்கும். இதை எந்த நேரத்திலும் செய்து பலன் பெறலாம்.

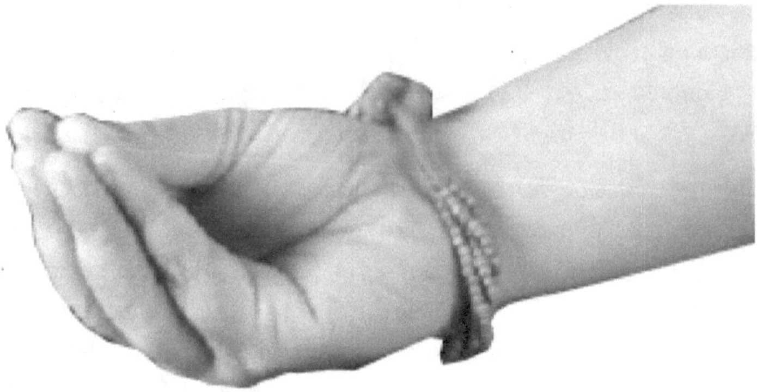

24. சமான வாயு முத்திரை

பஞ்ச பூதங்களையும் ஒன்றாகச் சேர்ப்பதற்கும், அவைகளை மிகாமலும், குறையாமலும் சமநிலையில் வைத்துக் கொள்வதற்கும் இந்த முத்திரை உதவுகிறது. ஆகவே இதற்குச் சமான முத்திரை என்று பெயர். நமது ஒவ்வொரு விரலும் ஒரு பூதத்தை அதாவது ஒரு இயற்கை சக்தியைக் குறிக்கிறது என்பதை ஏற்கெனவே தெரிந்து கொண்டோம். ஐந்து விரல்களையும் ஒன்றாகக் குவியச் செய்தால், நமது உடலில் உள்ள ஐந்து இயற்கை சக்திகளும் சமநிலை அடைகின்றன. ஆகவே தான் இந்த முத்திரையை சமானவாயு முத்திரை என்கிறார்கள்.

இதற்கு வடமொழியில் ஷீகாரி முத்திரை என்று பெயர். வடமொழியில்

பன்றியின் முகத்தை ஷீகாரி என்பார்கள். ஐந்து விரல்களையும் நாம் ஒன்றாகக் குவியச் செய்யும் போது அதன் தோற்றம் பன்றியின் முகத்தை ஒத்ததாக இருக்கிறது அல்லவா? ஆகவே இந்தப் பெயரும் பொருத்தமானது தான்.

உடலில் உள்ள வாயுக்களைச் சமனப்படுத்த மட்டும் அல்லாமல், இந்த முத்திரையைச் சில மந்திரவாதிகள் தீய சக்திகளை அழைப்பதற்கும் பயன்படுத்துகிறார்கள். விரோதிகளைக் கொல்வதற்குச் செய்யப்படும் செய்வினைகளில் மாரணம் என்பதும் ஒன்று. எதிரிகளின் தொழிலை முடக்கவும், அதை ஒன்றுமில்லாமல் துடைத்தெறியவும் செய்யும் மந்திரவித்தைக்கு உச்சாடனம் என்று பெயர். இந்த வகையான மந்திரவித்தைகளில் சமானவாயு முத்திரை பயன்படுகிறது என்பதை அதர்வண வேதம் தெரிவிக்கிறது.

கையின் நான்கு விரல்களையும் பெருவிரலின் நுனியில் வைத்து விரல்களைக் குவித்துக் கொள்ளும் இந்த முத்திரை முகுள முத்திரை என்றும் அழைக்கப்படுகிறது. முகுளம் என்றால் மலராத தாமரை மொட்டு. விரல்களை குவியச் செய்யும் போது தாமரை மொட்டு போன்ற தோற்றம் ஏற்படுவதால் இந்தப் பெயர் வந்திருக்க வேண்டும்.

முகுள முத்திரை செய்வதால் கைகளுக்கு சக்தி கிடைக்கிறது. அது மட்டும் அல்லாமல் உடம்பில் எங்கெல்லாம் சக்தி தேவைப்படுகிறதோ அந்த இடங்களில் இந்த முத்திரையை வைத்து எண்ணங்களைச் சீர்ப்படுத்தி நான் குணம் அடையவேண்டும் என்று பிரார்த்தனை செய்தால் அதிகப் பலன்களைப் பெறலாம்.

உடலில் வேதனை அல்லது வலி இருக்கின்ற பகுதிகளில் இந்த முத்திரையோடு கூடிய விரல்களை வைத்து ஐந்து நிமிடங்கள் ஒரே சிந்தனையோடு வலி போக வேண்டும் என்று ஆழமாக நினைத்தால் நல்ல பலன் கிடைக்கும். இந்த முத்திரை லேசர் கதிர்களைப் போல உடனடியாக சக்தி ஆற்றலைப் பாய்ச்சி நிவாரணம் தருவதாக சிலர் எழுதியிருக்கிறார்கள்.

காரின் பேட்டரிகளைச் சார்ஜ் செய்வதைப்போல இந்த முத்திரையின் மூலமாக நமது உடலைப் புதுப்பித்துக் கொண்டு அதிக ஆற்றலையும், உற்சாகத்தையும் பெற முடியும்.

இதனை சங்கல்ப முத்திரை என்றும் சொல்வார்கள். அதாவது எடுத்த காரியத்தை நிச்சயமாக நான் நிறைவேற்றியே தீருவேன் என்ற உறுதியை எடுப்பதற்கு இந்த முத்திரை பெரிதும் உதவும். மிகப் பெரிய காரியங்களைச் செய்வதற்கு முன்னால் இந்த முத்திரையைச் செய்து மனத்தை அமைதியாக வைத்துக் கொண்டு, நான் எடுத்துக் கொண்ட இந்தக் காரியத்தில் எத்தனை தடைகள் வந்தாலும் அவற்றை முறியடித்து வெற்றி பெறுவேன் என்று மனத்தில் சங்கல்பித்துக் கொள்ள வேண்டும். இப்படிச் செய்து விட்டு காரியத்தில் ஈடுபட்டால் நிச்சயம் வெற்றி தான்.

சமானவாயு முத்திரையைச் செய்யும் போது அதிகமான ஆற்றல் பெருகுவது உறுதி. ஆகவே இதனை ஆரம்பகாலத்தில் அதிக நேரம் செய்வது கூடாது. ஐந்து முதல் பதினைந்து நிமிடங்கள் வரையில் செய்தாலே போதும்.

நமது உடலில் பஞ்ச பூதங்கள் இணைந்திருக்கின்றன. நீரின் அம்சமாகவும், காற்றின் அம்சமாகவும், மண்ணின் அம்சமாகவும், நெருப்பின் அம்சமாகவும், ஆகாசத்தின் அம்சமாகவும் உறுப்புக்கள் உள்ளன. இந்தப் பஞ்ச பூதங்கள் ஐந்தும் சரியான விகிதத்தில் அமைந்திருக்கும் போது தான் உடல் ஆரோக்கியமாக இருக்கும்.

இந்தச் சமவிகிதத்தில் ஏற்றத் தாழ்வுகள் ஏற்படும்போது அது நோயாக உருவெடுக்கிறது. பஞ்ச பூதங்களில் மண் அதிகமானால், உடலின் எடை அதிகரித்து மந்தத்தன்மை ஏற்படும். இதுவே குறைந்தால் தசைகளும் எலும்புகளும் வலுவிழக்கும்.

நீர் அதிகமானால் கை கால் மற்றும் முகத்தில் வீக்கம் வரும். இது குறைந்தால் சரும வறட்சி, தாகம், தோல் சுருக்கம், வயதான தோற்றம் ஏற்படும்.

நெருப்பு அதிகமானால் உடல் வெப்பம் அதிகரிக்கும். குறைந்தால் ஹார்மோன் குறைபாடுகள் உண்டாகும்.

வாயு மற்றும் ஆகாய பூதங்கள் அதிகமானாலும், குறைந்தாலும் உடல் மற்றும் மனம் சார்ந்த பிரச்சனைகள் வரும்.

எனவேதான் ஐம்பூதங்களும் சமநிலையில் இருக்க வேண்டும் என்கிறார்கள். இதற்கான எளிய வழி சமான முத்திரை ஒன்றுதான். ஐம்பூதங்களும் சமநிலை அடைவதால் உடலுக்கு அபரிமிதமான ஆற்றல் கிடைக்கிறது.

பஞ்ச பூத சக்திகளை ஒருங்கிணைத்து உடலில் நோய்வாய்ப்பட்ட இடத்தில் பிடிக்கும்போது அந்த இடத்திற்குத் தேவையான ஆற்றல் இந்த முத்திரையின் மூலமாக வழங்கப்படுகிறது. இதனால் நோய் நீங்குகிறது.

சமானவாயு முத்திரையைச் செய்வதால், உடலில் உள்ள ஐம்பூதங்களும் சமநிலை அடைகின்றன. பத்மாசனம் அல்லது சுகாசனத்தில் அமர்ந்து இந்த முத்திரையைச் செய்தால்

உடல் உறுதி பெற்று, அதன் சக்தி பலமடங்கு அதிகமாகிறது.

மூளை சுறுசுறுப்பு அடைகிறது.

நினைத்த காரியங்களைச் செய்து முடிக்கலாம்.

தீய சக்திகள் நம்மை அண்டாமல் ஒரு பாதுகாப்பு வளையம் உருவாகிறது.

தேர்வுக்குச் செல்லும் மாணவ மாணவியர் இதனை அதிகாலையில் 20 நிமிடங்கள் செய்தால் மனத்தில் உற்சாகம் ஊற்றெடுக்கும். தன்னம்பிக்கை அதிகமாகும்.

திருமணமாகி குழந்தை இல்லாத ஆண்கள் இந்தப் பயிற்சியைத் தினமும் செய்து வந்தால் விந்தணுவின் வீரியத்தன்மை கூடும், குறைபாடுகள் நீங்கும்.

அதிகமான உடல் உழைப்பைச் செய்பவர்கள், நீச்சல் வீரர்கள் வீராங்கனைகள் ஆகியோருக்கு இந்த முத்திரை வரப்பிரசாதம். இதைத் தொடர்ந்து செய்ய அவர்களது உடல் வலியும் வேதனையும் தீர்ந்து சுறுசுறுப்பு பெருகும்.

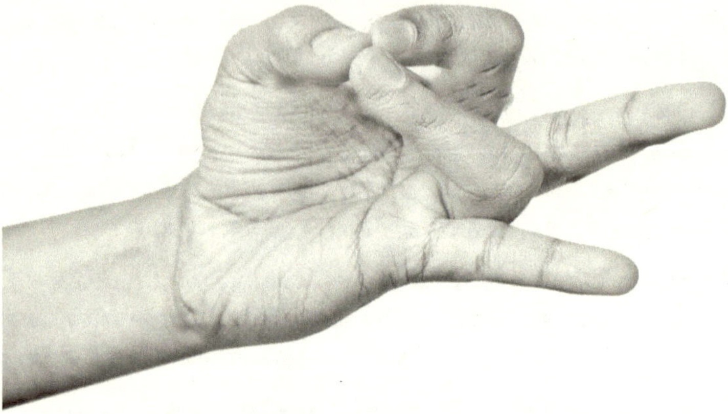

25. ருத்ர முத்திரை

இது சிவபெருமானின் முத்திரை. இது வயதானவர்களுக்கு உண்டாகும் பலவிதமான பிரச்சனைகளைச் சரிசெய்வதால் இதனை முதியவர்களுக்கான முத்திரை என்றே சொல்லலாம்.

மேலே உள்ள படத்தில் காட்டியுள்ள படி பெருவிரல் நுனி, சுட்டுவிரல் நுனி மற்றும் மோதிரவிரலின் நுனி ஆகிய மூன்று விரல்களின் நுனிகளை ஒன்றாக இணைத்துக் கொள்ளவும். நடுவிரலையும், சுண்டு விரலையும் நேராக வைத்துக் கொள்ளவும். இது ருத்ர முத்திரை எனப்படும். இந்த முத்திரையைப் பத்து முதல் பதினைந்து நிமிடங்கள் வரையில் செய்யலாம்.

ருத்ரன் என்றால் சிவனைக் குறிப்பது. சிவன் கெட்டவற்றை அழிப்பவன், விரக்தியோடும் வைராக்கியத்தோடும்

வாழ்பவன். ஆகவே இந்த முத்திரையைத் தொடர்ந்து செய்து வந்தால் நோய்கள் அழியும். நோய் எதிர்ப்பு சக்தி அதிகமாகும். மன உறுதி உண்டாகும், மனம் அலைபாய்வது தடுக்கப்படும். வீண் ஆசைகள் ஒழியும். இதயம் வலுவடையும். இந்த முத்திரையை ஒருவர் தொடர்ந்து செய்யும் போது, சோர்வு, களைப்பு, தலைசுற்றல் உணர்வு, வயோதிகத்தில் ஏற்படும் கிறக்கம் ஆகியவை நீங்கும். உடலுக்கு ஆற்றல் பெருகும்.

ருத்ர முத்திரை தலைக்கு ரத்த ஓட்டத்தை அதிகப்படுத்தும். நினைவாற்றல், கவனம் இவைகளை அதிகரிக்கும்.

பார்வைத்திறனைக் கூர்மைப்படுத்தும். ரத்த அழுத்தப் பிரச்சனை, சுவாசப் பிரச்சனைகளைச் சீர்செய்யும்.

மன அழுத்தத்தால் ஏற்படும் இறுக்கம், கழுத்து, முதுகு, இடுப்பு மற்றும் மார்பக வலி ஆகியவற்றை இந்த முத்திரை குறைக்கும்.

ரத்த நாளங்களில் உள்ள அடைப்புகள், கட்டிகள் ஆகியவற்றைச் சரிசெய்யும்.

வயோதிகத்தில் ஏற்படும் நினைவாற்றல் பாதிப்பு நோய்களான நடுக்குவாதம் (Parkinson) அல்சைமர் பாதிப்பு உள்ளவர்கள் மூன்று மாதங்கள் தொடர்ந்து செய்துவர முன்னேற்றம் காணலாம். காம உணர்சிகளை அதிகரிக்க உறுதுணை புரியும் ருத்ர முத்திரை. இம்முத்திரை தாம்பத்தியத்திற்கு உறுதுணையாய் இருக்கும். உடலில் ரத்த ஓட்டத்தைச் சீராக்கி, எதிர்ப்பு சக்தியைத் தரும்.

26. அஸ்வினி முத்திரை

நீங்கள் எப்போதாவது குதிரையின் பின்பக்கத்தைக் கவனித்து இருக்கிறீர்களா? அதன் குதப்பகுதி சுருங்குகிறதும் விரிவடைகிறதும் சுருங்குகிறதும் விரிவடைகிறதும் மறுபடி மறுபடி. அது இப்படிச் செய்யாத நாளே இல்லை. அது குதப்பகுதியில் உள்ள தசைகளைக் கட்டுப்படுத்தி இவ்வாறு செய்கிறது. அதனால் ஏற்படும் பயன் என்ன? நிச்சயமாக உண்டு.

இதனால் குதிரையின் உடலில் உள்ள நரம்பு முடிச்சுக்கள் தூண்டப்பட்டு நரம்பு மண்டலத்தினூடே மின்சாரம் பாய்கிறது. அபாரமான சக்தி உருவாகிறது. துள்ளும் இளமை சக்தி. அதுதான் குதிரைச்சக்தி. கட்டுப்படுத்த முடியாத ஆற்றல்.

இளமையோடு இருக்க ஆசைப்படுகிறவர்கள் தங்க பஸ்மம்

சாப்பிடலாமா? காயகற்பம் சாப்பிடலாமா? என்று ஆசைப்படுவார்கள். அவர்களுக்கு இந்த அஸ்வினி முத்திரை ஒரு வரப்பிரசாதம் என்பதை அறிந்து கொள்ளுங்கள்.

இது ஒரு அருமையான காயகற்பக் கலை. குதிரையைப் போல நாமும் செய்ய வேண்டும். அவ்வளவுதான். இதை யோக மகரிஷிகள் 'அஸ்வினி முத்திரை' என்கிறார்கள். சிறு சிறு எளிய ஆசனங்களைச் செய்து கொண்டே அதனுடன் இந்த அஸ்வினி முத்திரையும் செய்தால் உடலில் ஒருவித மின்சாரம் பாய்வதை உணரலாம்.

இதை நன்குணர்ந்த மறைந்த தவத்திரு வேதாத்திரி மகரிஷி அவர்கள் தம் அனுபவத்தின் வாயிலாக இந்த அரிய கலையைப் பயிற்றுவித்தார். இதன் பலனை நீங்கள் ஆரம்பித்த ஒரு வாரத்திலேயே உணரலாம். தினமும் மிகச் சரியாகக் கடைப்பிடித்து வந்தீர்களேயானால் ஒரே மாதத்தில் உங்களிடத்தில் மிகப்பெரும் மாற்றத்தைக் காண முடியும் என்கிறார்கள் மனவளக்கலை ஆசிரியர்கள்.

அருட்தந்தை வேதாத்திரி அவர்களது பாடல் ஒன்று இதுகுறித்துக் கூறுவதைப் பார்க்கலாம்.

காயகற்ப யோகமென்னும் உயர்சஞ் சீவி
கருத்துடனே செய்துவந்தால் விந்து கட்டும்.
தூயமுறை நரம்பூக்கம் ஓஜஸ் மூச்சு
தொடர்ந்திரண்டும் குருவழியே செய்யச் செய்ய
போயபிழை கள்போகும்; பிணிகள் நீங்கும்.
புத்துணர்வும் இறையருளும் ஊற்றெ டுக்கும்.
மாயமென வித்தமுத ரசமாய் மாறி
மரணமிலாப் பெருவாழ்வு சித்தியாகும்.

புரிகிறதா? அஸ்வினி முத்திரையைச் சரியான குருவின் வழிகாட்டுதலின் படி தினந்தோறும் செய்து வந்தால் நரை திரை மாறி இளமை ஏற்படுவது ஒரு புறம் இருக்க, மரணமில்லாத பெருவாழ்வு பெறலாம் என்கிறார் வேதாத்திரி மகரிஷி.

அஸ்வினி முத்திரையைத் தொடர்ந்து செய்து வந்தால் மிக ஆரோக்கியமாக இருக்கலாம். ஆண்கள் பெண்கள் இருபாலரும்

செய்யலாம். இதைச் செய்தால் ஆண்மை அதிகரிக்கும். உடல் பலம் பெறும். இளமை நம்மிடமே தங்கும்.

பெண்கள் ஆரோக்கியமாக இருப்பார்கள். இதைப் பல வருடங்கள் தொடர்ந்து செய்யும் பெண்கள் தங்கள் இருபது வயதுப் பெண்ணோடு வெளியில் சென்றால் பார்ப்பவர்கள் அக்காவும் தங்கையும் செல்வதாக நினைத்துக் கொள்வார்கள். அந்த அளவுக்கு உடல் இளமையாக இருக்கும்.

பத்மாசனத்திலோ அல்லது வஜ்ராசனத்திலோ அமர்ந்து கொள்ளுங்கள்.

உங்கள் குதத்தை சுருக்கி விரிவடையச் செய்ய முயற்சி செய்யுங்கள்.

இதைப் படுத்துக்கொண்டும் செய்யலாம்.

ஆரம்பத்தில் 10 முதல் இருபது முறைகளும், பிறகு படிப்படியாக அதிகரித்து 30 முதல் 50 முறைகள் வரையும் செய்யலாம்.

இந்த முத்திரையைச் செய்வதால் அப்படி என்ன பெரிதாக பலன் அடைவோம்? என்ற கேள்வி சிலருக்குத் தோன்றும்.

இந்த அஸ்வினி முத்திரையைச் செய்வதால் நரம்பு மண்டலம் ஊக்குவிக்கப்படுகிறது.

வாயுத் தொல்லை நீங்கவும், மலச்சிக்கல் விலகவும் வழி ஏற்படுகிறது.

மூல நோய் கட்டுப்படுத்தப்படுகிறது.

ஆண்மையைப் பெருக்க வழி என்ன என்று புலம்பு கிறவர்களுக்கு இதை விடச் சிறந்த வழி வேறு இல்லை. உடலில் உள்ள முக்கிய நரம்புகள் எல்லாம் ஆசன வாயில் சுருங்கும் இடத்தில் வந்து குவிகின்றன. அதைச் சுருக்கி விரிக்கும்போது அவை தூண்டப்பட்டு உடல் சக்தி பெறுகிறது. இந்த முத்திரையைச் செய்வதால் மலச்சிக்கல், மூலம், பவுத்திரம், ஆசன வாயில் வெடிப்பு போன்ற பிரச்சனைகள் தீரும். ஆசனவாய்த் தசையும் வலுவடையும்.

பெண்களுக்கு கருப்பை வலுவடைகிறது, சுகப்பிரசவம் ஏற்படும் வாய்ப்பு அதிகமாகிறது.

அனுசாசன் முத்திரை

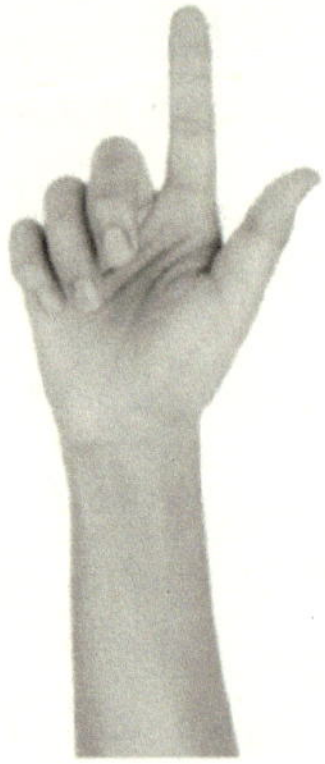

27. யோக சக்ர முத்திரைகள்

மனதைக் கட்டுப்படுத்தும் முத்திரைகளில் இதுவும் ஒன்று. இந்த முத்திரையைத் தொடர்ந்து செய்து வந்தால் எண்ணங்கள் கட்டுப்பாட்டுக்குள் வரும். மன அமைதி கிடைக்கும்.

எண்ணங்கள் கட்டுப்படுமானால் எல்லாமே கட்டுப்பாட்டுக்குள் இருக்கும். எண்ணம் தான் நமது வாழ்க்கையை நல்லதாகவும், தீயதாகவும் மாற்றுகின்றன. எவரெஸ்ட் உச்சியில் ஏறி சாதனை செய்ய வேண்டும் என்று ஆசைப்படும் மனிதன் முதலில் அந்த எண்ணத்தை தன் சிந்தையில் ஏற்றிக்கொள்கிறான். எண்ணம் வலுப்பட வலுப்பட அதற்கான சூழ்நிலைகள் அமைகின்றன. எனவே அனுசாசன் முத்திரையைத் தினமும் செய்து வர எண்ணங்கள் நம் வசப்படும். ஆன்மீக முன்னேற்றம் உண்டாகும்.

மன அலைச்சல் குறையும், தூய்மையான எண்ணங்கள் ஏற்படும். இந்த முத்திரை மனதைக் கட்டுப்படுத்துவதோடு, மன அமைதியை ஏற்படுத்துகிறது. சுய ஒழுக்கம், தன்னம்பிக்கை, உயர்ந்த சிந்தனைகள் ஆகியவற்றை வளர்க்கும் அற்புதமான முத்திரை இது.

இந்த முத்திரையைக் கட்டுப்பாட்டு முத்திரை என்றும் அழைப்பதுண்டு. தியானம், பக்தி, உயர்ந்த வாழ்க்கை முறை ஆகியவற்றுக்கு மனக் கட்டுப்பாடும், உடல் கட்டுப்பாடும் மிக மிக முக்கியம் என்பதை நாம் அறிவோம்.

மனம் போன போக்கில் செல்லாமல் எண்ணங்களைக் கட்டுப்பாட்டிற்குள் வைத்திருந்து யோகப் பயிற்சிகளையும், தியானப் பயிற்சிகளையும் சலிப்பில்லாமல் தொடர்ந்து செய்துவரும் போதே ஆன்மீகத்தில் உயர்நிலைகளை அடைய முடியும். அப்படிப்பட்ட மனக் கட்டுப்பாட்டை, வளர்ப்பதே இந்த முத்திரை.

சுட்டுவிரலை வளைவில்லாமல் நேராக வைத்துக் கொள்ளுங்கள்.

நடுவிரல் மோதிரவிரல் சுண்டு விரல் ஆகியவற்றை படத்தில் காட்டியுள்ளபடியே பெருவிரலோடு இணைத்துக் கொள்ளுங்கள்.

இதுவே அனுசாசன் முத்திரை எனப்படும். இந்த முத்திரையை பதினைந்து முதல் இருபது நிமிடங்கள் வரையில் செய்து வரலாம்.

இந்த முத்திரையைத் தொடர்ந்து செய்து வந்தால், உடலின் நோய் எதிர்ப்பு சக்தி அதிகமாகும். மனம் தெளிவாகும்.

நீண்ட நாட்களாக கழுத்து வலியினால் அவதிப்படுகிறவர்கள் இந்த முத்திரையைக் காலையும் மாலையும் ஐந்து முதல் பத்து நிமிடங்கள் செய்து வந்தால் வலி நீங்கும்.

முதுகந்தண்டு வலுவடையும். இதோடு பல்வலியும் குறையும், பற்களும் உறுதியாகும் என்கிறார்கள். செய்து பாருங்களேன்.

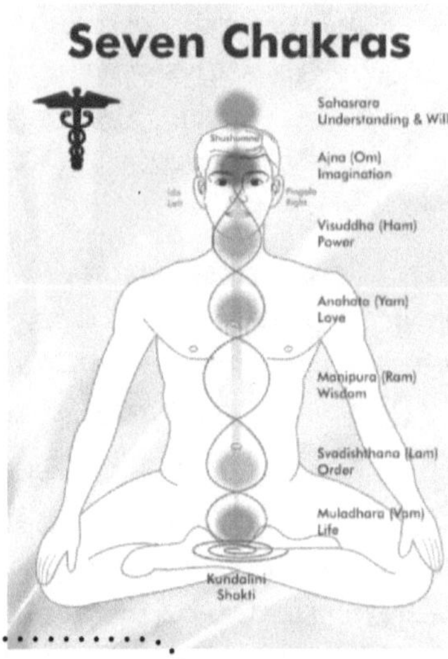

28 மூலாதாரச் சக்கரம்

பூ முத்திரை – பூ என்பது பூமியைக் குறிக்கிறது. அது மூலாதாரச் சக்கரத்தையும் குறிக்கிறது.

பூ முத்திரை வலது கையின் ஆள்காட்டி விரலையும், நடுவிரலையும் நீட்டி தரையைத் தொடுமாறு வைத்துக் கொள்ளுங்கள். மற்ற விரல்கள் உள்பக்கமாக வளைந்து உள்ளங்கையைத் தொடுவது போல கட்டைவிரலைத் தொட்டுக் கொண்டு இருக்கட்டும். இடது கையின் உள்ளங்கையை இடது தொடையின் மீது வைத்துக் கொள்ளுங்கள். இந்த முத்திரையை நாற்காலியில் உட்கார்ந்து கொண்டு செய்யக்கூடாது. தரையில் ஒரு விரிப்பை போட்டு அதன் மீது அமர்ந்து கொண்டு செய்ய வேண்டும்.

இந்த முத்திரையைச் செய்யும் பொழுது மூச்சு சீராக வெளிவரட்டும்.

கண்களை மூடிக் கொண்டு நாம் வசிப்பதற்கு இடம் தந்து, நம்மைப் பாதுகாத்து, இறுதியில் தனக்குள்ளேயே அடக்கிக் கொள்ளும் பூமித்தாயை மனதார நினைந்து நன்றி செலுத்துங்கள்.

மனதை அமைதியாக வைத்து உங்களை நேசிப்பதைப்போல, இந்தப் பிரபஞ்சத்தையும், அதில் உள்ள உயிர்களையும், பிற மனிதர்களையும் நேசிப்பதாக எண்ணுங்கள். நாம் எல்லோருமே இந்தப் பிரம்மாண்டமான பிரபஞ்சத்தைப் படைத்த இறைவனின் ஒரு துளி தான் என்பதை உணருங்கள்.

மூச்சு உள்ளே இழுக்கும் போது பிரபஞ்சத்தில் இருந்து மின்காந்த சக்தி உடலுக்குள் நுழைவதாகவும், வெளியேறும் போது அது உங்களிடமிருந்து கோபதாபங்கள், போட்டி பொறாமை, கெட்ட குணங்களை வெளியே தள்ளுவதாகவும் எண்ணிக் கொள்ளுங்கள். இதுபோல தினமும் பத்து முதல் பதினைந்து நிமிடங்கள் வரையில் செய்து வந்தால் மனஅமைதி கிடைக்கும். முகத்தில் தனியாக ஒரு தேஜஸ் வரும். கண்கள் பிரகாசமாகப் பார்ப்பவர்களைக் கவர்ந்திழுக்கும் விதத்தில் அழகோடு காணப்படும். உணர்ச்சிகள் கட்டுக்குள் அடங்கி நிற்கும்.

மேல் நாட்டவர்கள் ஸ்பூனால் சாப்பிடுவதைச் சுத்தம் என்கிறார்கள், நாகரிகம் என்று பெருமைப்பட்டுக் கொள்கிறார்கள். ஆனால் நமது முன்னோர்கள் விரல்களினால் சாப்பிட்டால் அவற்றின் நுனியில் இருந்து வெளிப்படும் மின்காந்த அலைகள் உணவில் கலந்து அதைப் புனிதமாக்குவதோடு, உடல் ஆரோக்கியத்தையும் அதிகப்படுத்தும் என்கிறார்கள்.

இது குறித்த ஒரு உரையாடலை இங்கே தருகிறேன்.

டாக்டர் இராதா கிருஷ்ணன் அவர்கள் மேல்நாட்டில் ஒரு விருந்துபசாரத்தில் சாப்பிடும் போது கரண்டியால் சாப்பிடாமல் தென்னிந்திய வழக்கப்படி கையினால் சாப்பிட்டாராம். இதைக் கண்ட ஆங்கிலேயர் உங்கள் கை சுத்தமானது இல்லையே, ஆகையால் கரண்டியினால் சாப்பிடுங்கள் என்றாராம்.

உடனே இராதாகிருஷ்ணன் அவர்கள், நீங்கள் சாப்பிடும்

கரண்டியில் இதற்கு முன்னால் ஆயிரம் பேர் சாப்பிட்டு இருப்பார்கள், அது ஆயிரம் பேருடைய வாயில் நுழைந்து எச்சிலோடு இருக்கிறது. ஆனால் என் கையை இதுவரையில் என்னைத் தவிர வேறு யாருமே பயன்படுத்தியது இல்லை. பார்க்கப்போனால் உங்கள் கரண்டியை விட என்னுடைய கை மிக மிகச் சுத்தமானது என்றாராம். இந்தப் பதிலைக் கேட்ட ஆங்கிலேயர் வாயடைத்துப் போய்விட்டாராம்.

மூலதாரச் சக்கரத்தின் அதிதேவதை கணபதி. அது போலவே அதன் நிறம் மஞ்சள். இந்த முத்திரையைச் செய்யும் போது மஞ்சளான பொருட்களை நினைத்துக் கொள்ளுங்கள். மஞ்சள் மலையில் நடப்பது போலவும், மஞ்சள் நதியில் நீராடுவதைப் போலவும், மஞ்சள் சாமந்தி, சூரியகாந்திப் பூக்களை அணிவதைப் போலவும் நினைத்துக் கொள்ளுங்கள். அப்போது பயன்கள் கூடும்.

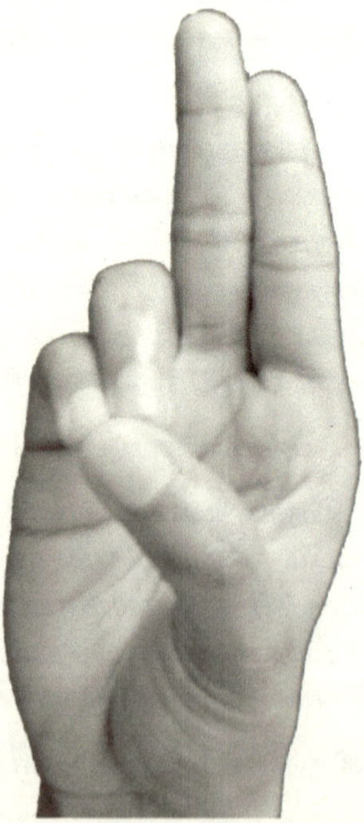

யோனி முத்திரை

29. சுவாதிஷ்டான முத்திரை

யோனி முத்திரையைச் செயல்படுத்தும் முறையினை "தன்வந்திரி" தனது நூலில் இப்படிச் சொல்கிறார்.

"செய்யப்பா யோனி முத்திரையைக் கொண்டு
தீர்க்கமுடன் றீங்கென்றே தியானஞ்செய்யில்
மெய்யப்பா தேவாதி தேவர்களுஞ்சித்தி
மேலான அண்டமொடு புவனஞ்சித்தி
மய்யப்பா மையமென்ற சுழினைசித்தி
மாலொடு லட்சுமியும் தனங்கள்சித்தி
பையப்பா யோனி முத்திரையைப் பெற்று
பக்தியுடன் சிவயோகம் பணிந்து காணே"

தன்வந்திரி வைத்தியம் 1000

மேலே படத்தில் உள்ளவாறு "யோனி முத்திரை"யை இரண்டு கரங்களிலும் செய்து, கண்களை மூடிக் கொண்டு

மனக்கண்ணால் புருவ மத்தியைப் பார்த்து "றீங்" என்ற மந்திரத்தை மனதிற்குள் செபித்துக் கொண்டு தியானம் செய்ய வேண்டும். அப்படிச் செய்பவர்க்கு தேவாதி தேவர்களுடன் நட்புறவு ஏற்படும். அண்டசித்தி, புவனசித்தி ஆகியவை கிடைக்கும். அது மட்டும் அல்ல, லட்சுமியும், பொன் பொருட்களும், மையமான சுழுமுனையும் சித்தியாகும் என்கிறார்.

யோனி என்பது பெண்ணின் குறியை அல்லது கருவறையைக் குறிக்கிறது. பத்மாசனத்தில் அல்லது சித்தாசனத்தில் அமர்ந்து கொள்ளுங்கள்.

இரண்டு கைகளிலும் கட்டைவிரல் முனைகள் தொட்டுக் கொண்டு இருக்க வேண்டும். ஆள்காட்டி விரல்களைப் படத்தில் காட்டியபடி உள்பக்கமாக வளைத்துக் கொள்ளுங்கள். மற்ற மூன்று விரல்களின் முனைகள் ஒன்றை ஒன்று அதிக அழுத்தம் தராமல் தொட்டுக் கொண்டு இருக்குமாறு வைத்துக் கொள்ளுங்கள்.

வருத்த மிரண்டும் சிறுவிரல் மாறிப்
பொருத்தி அணிவிரல் கட்டிப் பிடித்து
நெறித்து ஒன்றவைத்து நெடிது நடுவே
பெருத்தவிரல் இரண்டுள் புக்குப் பேசே

என்று இந்த முத்திரையை விளக்குகிறது திருமந்திரம்.

சுவாதிஷ்டான சக்கரம்

சுவாதிஷ்டான சக்கரம் ஆண் பெண் பிறப்பு உறுப்புக்களை ஆட்சி செய்யும் யோகச் சக்கரமாகும். இந்தச் சக்கரம் சரியாகச் செயல்பட்டால் தான் ஆணுக்கு ஆண் தன்மையும், பெண்ணுக்குப் பெண்மையும் சரியானபடி இருக்கும். எனவே தான் இந்த யோனி முத்திரை சுவாதிஷ்டான சக்கரத்துடன் தொடர்புடையதாகச் சொல்லப்படுகிறது.

இந்த முத்திரை மனிதனுடைய வலப்பக்க மூளைக்கும், இடப்பக்க மூளைக்கும் இடையே சமநிலையை ஏற்படுத்துகிறது. இந்த முத்திரை பாலியல் குறைபாடுகளை நீக்கி, மனத்தில் பாலியல் வேட்கையை அதிகரிக்கச் செய்யும். மேலும் உடலின்

செக்ஸ் வலிமையை மேம்படுத்துகிறது.

இது மிக முக்கியமான முத்திரையாகக் கருதப்படுகிறது. இது தந்திர சாஸ்திரங்களில் மிக முக்கியமானதாக இருக்கிறது. இந்த முத்திரை ஆன்மீகத்துறையிலும், தாந்திரிக முறையிலும், மிக உயர்ந்ததாகச் சொல்லப்படுகிறது. இந்த முத்திரை தாந்திரிக வழிபாட்டிலும் பயன்படுத்தப்படுகிறது. சிவபெருமான் வழிபாட்டில் லிங்க முத்திரையோடு, யோனி முத்திரையும் சேர்த்து ஆண் பெண் உறவுநிலையை விளக்கும் விதமாகப் பயன்படுத்தப்படுகிறது.

யோனி முத்திரையைத் தொடர்ந்து செய்து வந்தால் சைனஸ், தலைவலி, நாட்பட்ட சளி, அதிக உடல் சூட்டினால் ஏற்படும் தலைச்சுற்றல், மயக்கம் போன்றவை குணமாகும்.

சுவாதிஷ்டான சக்கரம் தூண்டப்பட்டால் மனோமய கோசத்தில் முழு உடம்பும் எழுச்சியும் கிளர்ச்சியும் பெறுகிறது. பிராணமய கோசத்தில், மனோமய கோசத்தில் நடைபெறும் அத்தனை நிகழ்ச்சிகளும் நினைவுக்கு வரும்.

இந்த முத்திரையைச் செய்யும்போது சிகப்பு மற்றும் ஆரஞ்சு நிறப் பொருட்களை நினைத்துக் கொள்ளுங்கள். பலன் அதிமாகும்.

மாதங்கி முத்திரை

30. மணிபூரகச் சக்கரம்

இது மணிபூரகச் சக்கரத்தைத் திறக்கிறது. உள்மனத்தில் நிரந்தரமான அமைதியை ஏற்படுத்துகிறது. கைகளை நாபிக்கு முன்னால் மணிபூரகச் சக்கரப் பகுதியில் மடக்கிக் கொள்ளவும். இரண்டு நடுவிரல்களையும் நேரே நீட்டி இரண்டையும் முனையில் மட்டும் இணைத்து வைக்கவும். நடுவிரல்கள் முழுவதும் ஒன்றை ஒன்று தொட்டு கொள்ளக்கூடாது, இடையில் இடை வெளி இருக்குமாறு பார்த்துக் கொள்ள வேண்டும்.

சுவாசத்தை வயிறு வரையில் உள்ளே இழுக்கவும். கவனத்தை வயிற்றுப் பகுதியில் வைக்கவும். இந்த முத்திரையைத் தினமும் நான்கு நிமிடங்கள் வரையில் மூன்று முறை செய்ய வேண்டும்.

இந்த முத்திரை புதிய ஆரம்பங்களைக் குறிக்கிறது, இது மரச்சக்திகளைத் தூண்டு கிறது. பூமி தத்துவம் வாழ்க்கையின் ஆதாரத்திற்குச் செல்கிறது.

இந்திய ஞானிகளும், மகான்களும், முனிவர்களும் நமது உடம்பில் இருந்து எப்போதும் மின்காந்த அலைகள் வெளிப்படுகின்றன என்ற பேருண்மையை அநாதி காலம் தொட்டே அறிந்திருந்தனர். ஒவ்வொரு விரலின் மூலமாகவும் ஒவ்வொரு விதமான மின்காந்த சக்தி வெளிப்படுவதையும் அவர்கள் நுணுக்கமாக அறிந்திருந்தது இன்றும் நம்மை வியக்க வைக்கிறது. ஒவ்வொரு விரலையும் பயன்படுத்தி தனிப்பட்ட முத்திரைகளைச் செய்து அதன் மூலமாக நமது உள்ளத்தின் ஆற்றலையும், உடலின் செயல்பாடுகளையும் மேம்படுத்த அவர்கள் வழி செய்துள்ளனர்.

மின்காந்த அலைகள் நமது விரல் நுனியில் இருந்து வெளிப்படுகின்ற காரணத்தினால் அந்த விரல்களை நாம் சாப்பிடுவதற்கும், ஆசி கூறவும், வணங்கும் போதும், வழிபாடுகளின் போதும், ஏன் பிறரை சபிக்கும் போதும் எப்படிப் பயன்படுத்த வேண்டும் என்பதை அவர்கள் முத்திரை விஞ்ஞானம் என்பதன் மூலமாகத் தெரிவித்து இருக்கிறார்கள்.

நமது இறந்து போன முன்னோர்களுக்கும் நம்முடைய விரல்நுனிகளுக்கும் நெருங்கிய தொடர்பு இருப்பதை நமது சாஸ்திரங்கள் உறுதிப்படுத்துகின்றன. நமது விரல்களின் நுனிப்பகுதி மிகவும் புனிதமானது. அது தெய்வங்களை வழிபாடு செய்வதற்கும், முன்னோர்களுக்கு வழிபாடு செய்யும் போது நீர்க்கடன் எனப்படும் தர்ப்பணங்கள் செலுத்துவதற்கும் மிகவும் உயர்ந்தது என்கின்றனர்.

நமது கையில் கட்டை விரலுக்கும், ஆட்காட்டி விரலுக்கும் இடையில் உள்ள பகுதி முன்னோர்களிடம் நாம் பட்ட பிறவிக்கடன்களைச் செலுத்துவதற்கு உரிய இடம். இதனால் தான் தர்ப்பணம் செய்யும் போது எள்ளையும் தண்ணீரையும் ஆள்காட்டி விரலுக்கும், பெருவிரலுக்கும் இடையில் செலுத்தும் முறைகளை நமது முன்னோர்கள் ஏற்படுத்தி உள்ளனர். மாதங்கி முத்திரையைத் தொடர்ந்து செய்து வந்தால் இதயம், கல்லீரல், மண்ணீரல், பான்கிரியஸ் மற்றும் சிறுநீரகம் ஆகிய உறுப்புக்கள் ஆற்றலோடு வேலை செய்யும். இந்த முத்திரையினால் இதயம் மிக அமைதியாகவும், ஒரே சீராகவும் இயங்க ஆரம்பிக்கும். உடலுக்குள்ளே ஏற்படும் பரபரப்பு குறையும். தாடையில் ஏற்படும் வலிகளைக்கூட இந்த முத்திரை போக்கிவிடும்.

இந்த முத்திரையைப் பிடிக்கும் போது மஞ்சள் நிறப் பழங்களையும், பூக்களையும், ஆடைகளையும் நினைத்துக் கொள்வதன் மூலமாக அதிகப் பலன் பெறலாம்.

அநாகதம்

31 அநாகதச் சக்கரம்

இதற்கு இதயச் சக்கரம் என்ற பெயரும் உண்டு. மார்பின் மையத்தில் இதயம் உள்ள பகுதியில் இருக்கிறது. அன்பு, பாசம், இரக்கம், சகோதரத்துவம், விசுவாசம், பக்தி ஆகிய அனைத்து நல்லியல்புகளின் இருப்பிடமும் இதுவே ஆகும்.

தைமஸ்சுரப்பி இதன் கட்டுப்பாட்டில் செயல்படுகிறது. இதயம், நுரையீரல்கள், இரத்த ஓட்டம், கல்லீரல் ஆகியவையும் இதன் ஆதிக்கத்தில் இருக்கின்றன.

பத்ம முத்திரை

பத்மம் என்பது வடமொழிப் பெயர். இதற்கு தமிழில் தாமரை என்று பொருள். நமது வேதங்களில் தாமரை என்பது புனிதத்திற்குப் பெயர் பெற்றது. பூவுக்குத்

தாமரையே பொன்னுக்கு சாம்பூநதம் என்று பழம் பாடல் ஒன்று உண்டு. பூக்களுள் சிறந்தது தாமரையே என்று இது பெருமையோடு சொல்கிறது.

யோகச் சக்கரமான சகஸ்ரார தளத்தை ஆயிரம் இதழ்களைக் கொண்ட தாமரைப் பூவாகவே நமது முன்னோர்கள் உருவகப்படுத்தி இருக்கின்றனர். தாமரை மலர் புனிதத்திற்குக் குறியீடாக இருப்பதைப்போலவே பற்றற்ற நிலைக்கும் குறியீடாகச் சொல்லப்படும்.

சேற்றில் மலர்ந்தாலும் செந்தாமரை மலர் அழகும், தூய்மையும் கொண்டதாக இருப்பதைப் போலவே நாம் இந்த சம்சாரமாகிய சேற்றில் விழுந்து கிடந்தாலும் யோகம், தியானம் ஆகியவற்றின் மூலமாக உயர்ந்திட வேண்டும் என்பதைத் தாமரை விளக்குகிறது. தாமரை மலரைப் போலவே தாமரை இலையும் பற்றில்லாத நிலைக்கு மிகச் சிறந்த உதாரணமாகச் சொல்லப்படும்.

நாம் இந்த வாழ்க்கையில் அதிகம் அழுந்திவிடக்கூடாது தாமரை இலையும் தண்ணீரும் போல பட்டும்படாமலும் வாழ்வதற்குக் கற்றுக் கொள்ளவேண்டும் என்பார்கள். தாமரை மலரின் மீது தண்ணீர் பட்டாலும் அதனால் அது நனைவதில்லை. தண்ணீரை அது பிடித்துக் கொள்வதில்லை. தண்ணீர் நீர்த்துளிகளாகச் சிதறி ஓடும்படியாகச் செய்து விடுகிறது. நாமும் இந்த வாழ்க்கையில் வருகின்ற நல்லவை, தீயவை அனைத்தும் நம்மைப் பாதிக்காமல் விலக்கிவிட வேண்டும் என்ற உண்மையை தாமரை இலை கற்றுத் தருகிறது.

இதை கமல முத்திரை என்றும் அழைப்பதுண்டு. கமலம் என்றால் தாமரை. பத்மாசனத்தில் அல்லது சித்தாசனத்தில் அமர்ந்து கொள்ளுங்கள்.

இரண்டு கைகளையும் குவித்துச் சேர்க்கவும்.

இரண்டு பெருவிரல்களும் ஒன்றை ஒன்று தொடுமாறு

வைத்துக் கொள்ளவும்.

அதே நேரத்தில் இரண்டு சுண்டு விரல்களும் ஒன்றை ஒன்று தொடட்டும்.

மற்ற மூன்று விரல்களும் படத்தில் உள்ளடிபடி நன்றாகப் பிரிந்திருக்கட்டும். இது விரிந்து அலர்ந்திருக்கும் தாமரை மலரின் இதழ்களை நினைவுபடுத்துகிறது. வலது கையில் உள்ள விரல்கள் இடது கையில் உள்ள விரல்களைப் பார்த்தபடியே இருக்கட்டும். ஆரம்பத்தில் பதினைந்து நிமிடங்கள் செய்யலாம். அதன் பிறகு படிப்படியாக நேரத்தை அதிகப்படுத்திக் கொள்ள வேண்டும்.

இதயத்தை கமலம் என்று தாமரைப்பூவுக்கு ஒப்பிடுவது இலக்கிய மரபு. குளத்தில் உள்ள தாமரை மலர வேண்டுமானால் சூரியனின் வெப்பமும், வெளிச்சமும் வேண்டும். அதைப்போல நமது இதயத்தாமரை மலர வேண்டுமானால் மக்களிடம் அன்பும், இறைவனிடம் பக்தியும் வேண்டும்.

நமது உள்ளத்தில் அன்பைப் பரவச் செய்து, இதயத்தை இறைவனிடம் அர்ப்பணிக்க வேண்டும். அப்பொழுதுதான் இந்த அநாகதச் சக்கரம் நன்றாக இயங்க ஆரம்பிக்கும். கமலமுத்திரை என்பது தூய்மையின் சின்னமாகக் குறிக்கப்படுகிறது.

தன்னை சுட்டுவிட்ட பகைவனை மன்னித்தார் மகாத்மா காந்தி அடிகள், தனக்கு எத்தனையோ தொல்லைகள் கொடுத்தாலும் மனித குலத்தை நேசித்தார் பகவான் புத்தர். இவர்கள் இருவருக்குமே இந்த அரிய செயலைச் செய்ய உறுதுணையாக இருந்தது அநாகதச் சக்கரத்தின் அளவிட முடியாத ஆற்றல் தான். இந்தச் சக்கரம் முழுவீச்சோடு செயல்பட்டதால் தான் அவர்களால் இத்தனை அன்பை எந்தவிதமான பிரதி பலனையும் எதிர்பார்க்காமல் மனிதர்களின் மீது மழையாகப் பொழிய முடிந்தது.

பத்ம முத்திரையைச் செய்யும் போது விரல்களை மலர்த்திக்கொள்ளும் போது சுவாசத்தை ஆழமாக உள்ளே

இழுத்தும், விரல்களை மூடிக் கொள்ளும் போது காற்றை வெளியே விட்டும் பலமுறை பயிற்சி செய்து வர வேண்டும். இதன் காரணமாக இதயத்தசைகள் வலுவடையும். மனதிற்கு பூரண அமைதி கிடைக்கும்.

அநாகதச் சக்கரத்தின் நிறம் புகை வண்ணம். ஆகவே இந்த முத்திரையைச் செய்யும் போது புகைநிறத்தில் செல்லும் மேகம், மற்ற பொருட்கள் ஆகியவற்றை நினைத்துக் கொள்வது கூடுதல் பலன்களைப் பெற உதவும்.

சூன்ய முத்திரை

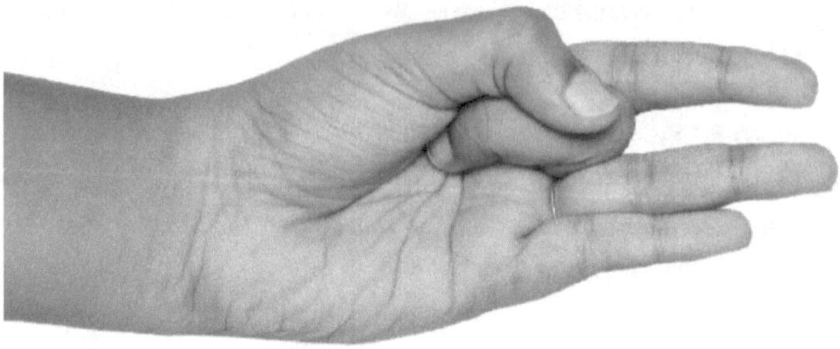

32 விசுத்திச் சக்கரம்

நம் தேகத்தின் ஆராதார சக்கரங்களில் அதாவது 7 சக்கரங்களில் தொண்டைக் குழியில் உள்ளது விசுத்தி சக்கரம். தேகத்திலுள்ள அழுக்குகள், கழிவுகளைச் சுத்திகரிக்கும் பணியைச் செய்கிறது.

'ஹும்' என்ற உச்சாடன மந்திரத்தோடு நீலநிறத் தாமரை போலிருக்கும் இச்சக்கரம்.

சூன்ய முத்திரை

கையில் உள்ள நடுவிரலை வளைத்து அது கட்டை விரலின் அடிப்பாகத்தைத் தொட்டுக் கொண்டு இருக்கும்படியாக வைத்துக் கொள்ளவும். கட்டைவிரலால் நடுவிரலை அழுத்திக் கொள்ளவும். இது சூன்ய முத்திரை எனப்படும். இங்கு சூன்யம் என்பது வெட்டவெளியைக்

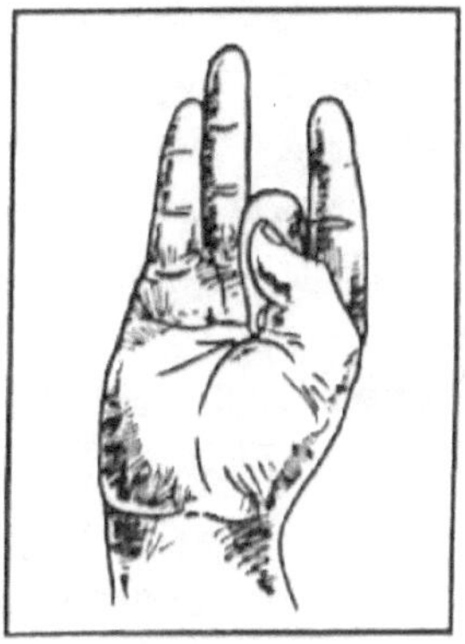

குறிக்கிறது.

நடுவிரல் சொர்க்கத்துக்கு உரியது, அதுமட்டும் அல்ல இது விசுத்தி சக்கரத்துக்கும் உரியதாகும். இது மற்ற விரல்களை விட நீளமாக இருப்பதால் இந்த விரலில் இருந்து சக்தி மற்ற எல்லாப் பகுதிகளுக்கும் எளிதாகப் பரவும்.

நடுவிரல் சனிக்கிரகத்துடன் தொடர்பு கொண்டது. மற்ற கிரகங்களைவிட இந்தக் கிரகம் மிகவும் தொலைவில் வெளிவட்டத்தில் அமைந்திருக்கிறது. நடுவிரல் ஆகாய தத்துவத்தைக் குறிக்கிறது. ஆகவே இந்த விரலைப் பயன்படுத்தி செய்யப்படும் முத்திரை வெட்டவெளி தியானமாகும்.

சனிக் கிரகத்தைத் தாண்டிச் சென்று விட்டால் நம்மீது ஆட்சி செய்யும் கிரகம் எதுவும் கிடையாது. அங்கிருந்து எல்லையில்லாத பிரபஞ்ச வெளிமட்டுமே இருக்கிறது. இந்த வகையில் நடுவிரலைப் பயன்படுத்திச் செய்யும் முத்திரையின் மூலமாக அதாவது சூன்ய முத்திரையின் மூலமாக நாம் எல்லையற்ற பிரபஞ்ச வெளியுடன் தொடர்புகொண்டு சொர்க்கத்தை அடைவது எளிதாகிறது.

முத்திரைகள் நமது இந்தியத் துணைக் கண்டத்தில் பிறந்து உலகின் பல பாகங்களுக்கும் பயணம் சென்றவை. ஆதிகாலத்தில் இந்து மதத்திலும், புத்த மதத்திலும் அதிகமாகப் பயன்பட்ட இந்த முத்திரைகள் நாகரிகப் பரவலின் காரணமாகவும், புத்தமதப் பரவலின் காரணமாகவும் மற்ற நாடுகளில் வேர் ஊன்ற ஆரம்பித்தது.

நமது உடல் மிகவும் ஆச்சரியமானது, பல மர்மங்களைத் தன்னுள்ளே அடக்கி வைத்திருப்பது. அதனால் தான் தலைமைச் சித்தர்களுக்குள் ஒருவரான திருமூல மகரிஷி

உடம்பினை முன்னம் இழுக்கென்று இருந்தேன்
உடம்பினுக்குள்ளே உறுபொருள் கண்டேன்

என்று தெரிவிக்கிறார். இந்த உடம்பு மலக்கொட்டில் என்றும், நீர்க்குமிழி என்றும், ஊத்தைப்பாண்டம் என்றும் கேவலமாக நினைத்த சித்தர்களின் வழியில் இருந்து சற்றே விலகி, அழியக்கூடிய இந்த உடலில் தான் ஆண்டவன் கோயில் கொண்டு எழுந்தருளி இருக்கிறான். ஆகவே இது புனிதமானது, காப்பாற்றப்பட வேண்டியது என்பதை அவர் அறிந்து கொண்டார். தான் அறிந்து கொண்ட இந்த ரகசியத்தை நமக்கும் அறிவிக்கிறார்.

உடம்புளே உத்தமன் கோயில்கொண்டான் என்று
உடம்பினை யான் இருந்து ஓம்புகின்றேனே

என்று பாடுகிறார்.

இப்படிப்பட்ட முக்கியமான உடம்பில் மிக முக்கியமான வேலைசெய்யும் உறுப்பு என்றால் அவைகள் கரங்கள் தான். விரல்கள் பத்தும் மூலதனம் என்று இன்றைய கவிஞர்கள் எழுதுவது இந்த அடிப்படையில் தான்.

நாம் தொழில் செய்து உழைத்து முன்னேறுவதற்கு எப்படி நமது விரல்கள் துணையாக இருக்கிறதோ அதைப்போலவே நாம் ஆன்மீக முன்னேற்றம் அடைந்து ஞானத் தெளிவு பெறுவதற்கும் இந்த விரல்களே முத்திரை யோகப் பயிற்சியில் பெரிதும் உதவுகின்றன.

சூன்ய முத்திரையைச் செய்து வந்தால் மனம் பற்றற்ற நிலையை அடையும், பகைவரை மன்னிக்கின்ற குணம் வளரும். மன்னிக்கின்ற குணம் வந்துவிட்டால் மகிழ்ச்சிக்குக் குறைவிருக்காது, இரத்தக் கொதிப்பும் ஏறாது. இதனால் ஆரோக்கியம் அதிகமாகும், இறந்த பிறகு சொர்க்கத்திற்குப் போகிறோமோ இல்லையோ, ஆனால் வாழும்போது மகிழ்ச்சியுடன் இருப்பதற்கு வழி ஏற்படும். இந்த மகிழ்ச்சி நிலைதானே சொர்க்கம்.

ஆகாய முத்திரைக்கு நேர் எதிரானது இந்த முத்திரை. ஆகாய முத்திரையில் இடைவெளி இருக்கும், ஆனால் இதில் இடைவெளி மிகவும் குறைந்துபோய் ஒன்றுமே இல்லாத சூன்யமாகிவிடுகிறது. அது தான் 'சூன்ய முத்திரை' என்று சொல்லப்படுகிறது.

வாதத்துக்கு மருந்து உண்டு, ஆனால் பிடிவாதத்திற்கு மருந்தே இல்லை என்பார்கள். அது போல நமது உடலில் உள்ள வாதத்தைக் கட்டுப்படுத்துவதற்கு இதை விடச் சிறந்த முத்திரை எதுவும் இல்லை.

இது விசுத்திச் சக்கரத்தைத் தூண்டி தைராய்டு சுரப்பி, தொண்டையில் உள்ள பிரச்சனைகளைத் தீர்க்க உதவுகிறது. தைராய்டு சுரப்பிகள் சரியாக இயங்கவில்லை என்றால் உடல் தசைகளில் அதிகப்படியான வலி ஏற்படும். சத்துக்குறைவு உண்டாகும். சிலருக்கு பேச்சில் திணறலும், சிலருக்கு அதிகப்படியான வியர்வை சுரப்பதும் ஏற்படும். இந்தக் குறைபாடுகளைப் போக்குதற்கு அருமையான கண்கண்ட மருந்தாக இருப்பது இந்த முத்திரை.

இதய மேலுறை என்னும் சக்தி ஓட்டப்பாதையும், பித்தப்பையின் சக்தி ஓட்டப்பாதையும் இந்த நடுவிரலோடு இணைக்கப்பட்டிருக்கிறது. சூன்ய முத்திரையைத் தொடர்ந்து செய்து வந்தால் காதுவலிகள் குணமாகும். காது தொடர்பான எல்லா நோய்களையும் இது தீர்க்கிறது.

காது குறைபாடுகளைப் போக்குவதற்கு இந்த முத்திரை சிறந்தது. ஆகவே வலது காதில் குறைபாடு உள்ளவர்கள் வலது கரத்தினால் மட்டும் இந்த முத்திரையைச் செய்ய வேண்டும்.

இடது காதில் பாதிப்பு உள்ளவர்கள் இடது கரத்தில் மட்டுமே முத்திரையைச் செய்ய வேண்டும். இரண்டு கைகளிலும் இந்த முத்திரையைச் செய்வது கூடாது.

அதேபோல காது கோளாறு இல்லாதவர்களும் இந்த முத்திரையைச் செய்யாமல் இருப்பது நல்லது.

இந்த முத்திரையைப் பிடிக்கும்போது நீலக்கடல், நீலமான வானம், நீலமேகக் கண்ணன் ஆகிய நீலநிறப் பொருட்களை நினைத்துக்கொள்ள வேண்டும். அப்போது அபரிதமான பலன்கள் கிடைக்கும்.

33. ஆக்ஞா சக்கரம்

இதை நெற்றிக்கண் சக்கரம் என்று சொல்வதுண்டு.

இரண்டு புருவங்களுக்கு இடையில் சற்று உயரத்தில் அமைந்திருக்கிறது. ஒருவருக்கு தொலைவில் நடப்பதை அறிவது, தொலைவில் நடப்பதைப் பார்ப்பது போன்ற அதிசய ஆற்றல்கள் இந்தச் சக்கரம் தூண்டப்படுவதால் மட்டுமே கிடைக்கிறது. அறிவு, சங்கல்பம், மனவலிமை ஆகியவற்றின் இருப்பிடம் இது தான். இதன் மூலமாக ஒரு விஷயத்தை இது இதனால் நடந்தது என்றும், இதன் முடிவு இப்படி இருக்கும் என்று தீர்க்கமாக அலசி ஆராய்ந்து அறிய முடிகிறது.

நெற்றிக்கண் திறக்கும் போது ஆன்மீகக்கண் திறக்கிறது, இதையே ஞானதிருஷ்டி என்றும் ஞானம் கிடைத்தது என்றும் சொல்கிறார்கள். பிட்யூட்டரி சுரப்பி இந்தச் சக்கரத்தின் கட்டுப்பாட்டில்

இயங்குகிறது. தண்டுவடம், மூளையின் கீழ்ப்பகுதி, கண்கள், மூக்கு, காதுகள் ஆகிய உறுப்புக்கள் இந்தச் சுரப்பியின் கட்டுப்பாட்டில் இருக்கின்றன.

ஹாகினி முத்திரை

ஹாகினி என்பது ஒரு அதிதேவதை. இது நமது நெற்றியில் உள்ள ஆறாவது யோகச் சக்கரமான ஆக்ஞா சக்கரத்தை ஆட்சி செய்கிறது. இந்த முத்திரையைச் செய்யும் போது நமது ஆக்ஞா சக்கரம் தூண்டடப்படுகிறது. ஆகவே இது ஹாகினி முத்திரை எனப்பட்டது.

பத்மாசனத்தில் அமர்ந்து கொண்டு, வலதுகை விரல் நுனிகளை இடது கையின் விரல் நுனிகளுடன் இணைத்துக் கொள்ள வேண்டும். ஒரு விரலுக்கும் அடுத்த விரலுக்கும் இடையே இடைவெளி இருக்குமாறு பார்த்துக்கொள்ளுங்கள். அதிக அழுத்தம் கொடுக்காமல் விரல் நுனிகள் ஒன்றை ஒன்று தொடுமாறு வைத்துக்கொள்ளுங்கள்.

கண்களை மேல்நோக்கி உங்கள் நெற்றியில் இரண்டு புருவங்களுக்கும் இடையில் பார்வையைச் செலுத்துங்கள்.

சுவாசத்தைச் சீராக இழுத்து விடுங்கள். மூச்சை உள்ளே இழுக்கும் போது நாக்கின் நுனியால் மேலண்ணத்தைத் தொடவேண்டும். மூச்சை வெளியே விடும்போது நாக்கை கீழே இறக்கிவிடவும்.

இந்த முத்திரையைச் செய்வதால் மறந்து போனவற்றை நினைவுக்குக் கொண்டு வரமுடியும். பொதுவாகவே நாம் ஒரு விஷயத்தை மறந்துவிட்டு மறுபடியும் அதை நினைவுக்குக் கொண்டுவர முயற்சி செய்யும் வேளையில் நம்மை அறியாமலேயே நமது கைவிரல்களை இப்படித் தான் வைத்துக்கொள்கிறோம்.

கதாசிரியர்கள் தங்கள் கதைகளில் அவன் மறந்து போன அந்த விஷயத்தை நினைவுக்குக் கொண்டுவர முடியாமல் கைகளைப் பிசைந்துகொண்டு நின்றான் என்று எழுதுவதைப் படித்திருப்பீர்கள். ஹாகினி முத்திரையின் அடிப்படையில் உருவானது தான் அந்தக் கருத்தாக்கம்.

ஒரு வேலையில் நீங்கள் ஈடுபடவேண்டும், ஆனால் மனம் ஈடுபடமுடியாமல் சண்டித்தனம் செய்கிறது என்று வைத்துக்கொள்ளுங்கள் அப்போது பத்மாசனத்தில் அமர்ந்து கொண்டு, ஹாகினி முத்திரையை ஐந்து நிமிடங்கள் செய்யுங்கள். உடனே மனம் ஒருமுகப்பட்டுவிடும். பள்ளி மற்றும் கல்லூரியில் படிக்கின்ற மாணவ மாணவிகள் தங்கள் கவனத்தைப் படிப்பில் செலுத்தக் கஷ்டப்படும் நேரத்தில் இந்த முத்திரையைச் செய்தால் மனம் அலைபாயாமல் அடங்கி, படிப்பில் கவனத்தை ஏற்படுத்திக் கொள்ள முடியும்.

தேர்வு நேரங்களில் மறந்து போன பார்முலாவையோ, விதிகளையோ மாணவ மாணவியர் நினைவுபடுத்திக்கொள்வதற்கு இந்த முத்திரை பெரிதும் உதவும்.

இந்தப் பயிற்சியைச் செய்யும் போது கால்களை மாற்றி ஒன்றன் மேல் ஒன்றாகப் போட்டுக் கொண்டு செய்வது கூடாது. மேற்கு திசையை நோக்கி அமர்ந்து ஹாகினி முத்திரையோடு கூடிய தியானம் செய்தால் நல்ல பலன்களை விரைவாகப் பெறலாம்.

கைகளின் அருமையும், விரல்களின் பெருமையும் நன்றாக அறிந்த காரணத்தினால் தான் நமது முன்னோர் சில எளிமையான பழக்கங்களையும் அறிமுகப்படுத்தி இருக்கிறார்கள்.

அவற்றில் ஒன்று தான் கொட்டாவி விடும் போது வாய்க்கு முன்னால் கையை சொடுக்குவது. என் தந்தையார் கொட்டாவி விடும் சமயங்களில் திறந்த வாயின் முன்னால் கட்டைவிரலையும், நடுவிரலையும் சேர்த்து சொடுக்கு போடுவார். இதற்குள்ளும் ஒரு அறிவியல் மறைந்திருக்கிறது.

கொட்டாவி விடும்போது வாயைத் திறக்கிறோம். அப்போது எதிர்பாராத விதத்தில் தாடை எலும்புகள் பிடித்துக் கொண்டு விட்டால் மறுபடியும் வாயை மூட முடியாது. தாடை எலும்பு பூட்டிக்கொண்டுவிட்டது என்று இதன்னை மருத்துவர்கள் குறிப்பிடுவார்கள். இதற்கு அறுவை சிகிச்சை ஒன்றுதான் மருத்துவம்.

கொட்டாவி விடுகின்ற போது ஒருவர் தன் கையினால் வாயின் முன்னே சொடுக்கு போட்டால் எதிர்பாராத விதமாக

தாடை எலும்புகள் பூட்டிக் கொண்டாலும் கூட அவைகள் மெதுவாகத் திறந்து கொள்ளும். இதனால் நாம் எந்தவிதமான பாதிப்போ வேதனையோ இல்லாமல் வாயை மூடிக்கொள்ள முடியும். விரல்களின் பயன் இவ்வளவுதான் என்று சொல்ல முடியாது. அதை அறிந்த நமது முன்னோர்களை நாம் எவ்வளவு போற்றினாலும் தகும்.

பல ஆண்டுகளுக்கு முன்னால் நடந்த சம்பவங்களைக்கூட இந்த ஹாகினி முத்திரையைச் செய்வதன் மூலமாக நினைவுக்குக் கொண்டுவர முடியும். தற்கால அறிவியல் வல்லுநர்கள் விரல்களின் அபாரமான ஆற்றலைக் கொண்டு நமது மூளையின் இடது மற்றும் வலது பகுதிகளைச் செயல்பட வைத்து, அதன் மூலமாக மறந்து போன தகவல்களை நினைவுக்குக் கொண்டுவர முடியும் என்பதை ஆராய்ச்சிகளின் மூலமாகக் கண்டறிந்துள்ளனர். இதனை நமது முன்னோர்கள் ஆயிரக்கணக்கான ஆண்டுகளுக்கு முன்னாலேயே அறிந்து அதனை எளிய முத்திரைப் பயிற்சியாக்கி இருப்பது பிரமிக்க வைக்கிறது.

இந்த முத்திரையைப் பிடிக்கும் போது பச்சைப் பொருட்களை நினைத்துக் கொள்வது நல்லது பசுமை கண்ணுக்குக் குளுமை. அதுமட்டும் அல்ல, இந்தச் சக்கரத்தின் நிறம் பசுமை.

வண்ணங்களுக்கும் எண்ணங்களுக்கும் மிகப்பலமான தொடர்பு உண்டு, வண்ணமயமான காய்கறிகளை நமது உணவில் தினமும் சேர்த்துக் கொள்வதன் மூலம் நாம் உடல் ஆரோக்கியத்தை மேம்படுத்திக் கொள்ளலாம். முத்திரைகளை நோய் நீக்குவதற்குப் பயன்படுத்தும் அதே நேரத்தில் நமது வண்ணமயமான உணவிலும் கவனம் செலுத்துவது அவசியம். இது இரட்டிப்பு பலன்களைத் தரும். ஆகவே கலர் கலரான காய்கறிகளை நாம் உண்ண வேண்டும் என்பதை விளக்கி குமுதம் ஹெல்த் ஸ்பெஷலில் நான் எழுதி வெளியான கட்டுரையை நூலின் இறுதியில் இணைத்திருக்கிறேன். அது முத்திரைகளைச் செய்யபவர்கள் அதிகப்படியான பலன்களைப் பெற உதவும்.

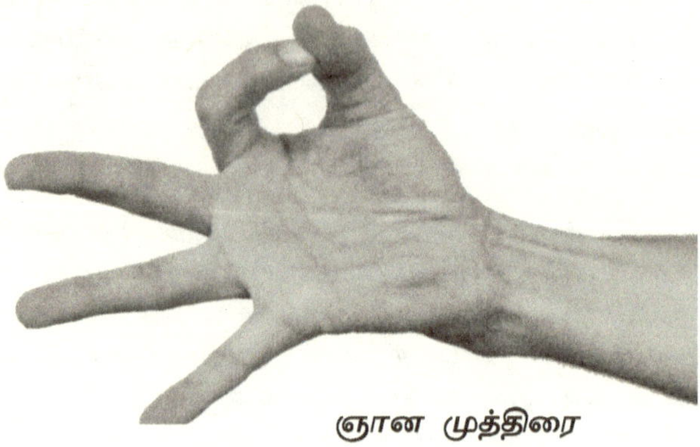

ஞான முத்திரை

34. சகஸ்ரார சக்கரம்

'தேடுகிறவன் காண்பான்' என்பது பெரியோர் வாக்கு. தேவையே கண்டு பிடிப்புக்களின் தாய் என்பது ஆங்கிலப் பழமொழி. உணவு தேடுபவன் பசியைப் போக்கிக் கொள்கிறான். ஆடைகளைத் தேடிச் செல்பவன் கடுமையான வெயில் மற்றும் குளிரில் இருந்து உடலைக் காத்துக்கொள்கிறான். மனிதனின் வாழ்க்கையே இந்தத் தேடலில் தான் இருக்கிறது.

பசிக்கு உணவும், மானம் காக்க ஆடையும் கிடைத்து விட்டால் மனம் அமைதியாகி விடுகிறதா? நிச்சயமாக இல்லை. அது எதையோ தேடி அலைகிறது. நான் யார்? என்று தேடினார் ரமணர். அந்தத் தேடல் வெங்கடரமணன் என்ற சிறுவனை ரமண மகரிஷியாக பரிணாமம் கொள்ளச் செய்தது. நாம் எங்கிருந்து தோன்றினோம்? எங்கே

போகிறோம்? இறந்த பிறகு இந்த உயிர் என்னவாகிறது? என்று தேடியவர்களே விடைகளைக் கண்டுபிடித்தபோது மகான்களாயினர், ஞானிகளாயினர், முனிவர்களாகவும், ரிஷிகளாகவும் உயர்ந்தனர்.

இப்படிப்பட்ட ஞான நிலையை அடைய உதவும் யோகப் பயிற்சிகளில் முத்திரைக்கும் பெரும்பங்கு உண்டு. அந்த வகையில் ஞானத்தை அடைய விரும்புவோர் பயிற்சி செய்ய வேண்டிய மிக முக்கியமான முத்திரை ஞான முத்திரை. இதற்கு சின் முத்திரை என்ற பெயரும் உண்டு.

இரண்டு கைகளையும் கால் முட்டியின் மேல், உள்ளங்கை ஆகாயத்தை நோக்கி இருக்குமாறு வைத்துக் கொள்ளுங்கள். ஆள்காட்டி விரலின் நுனியால் பெருவிரலின் நுனியைத் தொடுங்கள். லேசான அழுத்தம் கொடுக்கவும். மற்ற மூன்று விரல்களும் நேராக இருக்கட்டும்.

விரல்களின் முனை மேல்நோக்கி இருக்குமாறு இந்த முத்திரையைச் செய்தால் அது ஞான முத்திரை. விரல்களின் முனை கீழ்நோக்கி இருக்கும்படியாக வைத்துக் கொண்டு இந்த முத்திரையைச் செய்தால் அது சின்முத்திரை எனப்படும்.

தியானம் செய்யும் போதும், பிரார்த்தனை செய்யும் போதும் இந்த முத்திரை பெரிதும் பயன்படுத்தப்படுகிறது. இம்முத்திரைகள் மனத்தை ஒருமுகப்படுத்துவதற்கு உதவுகிறது.

நமது பெருவிரல் நெருப்பு தத்துவம், ஆள்காட்டி விரல் காற்று தத்துவம். ஆகவே நெருப்பும் காற்றும் இணையும் போது நெருப்பு கொழுந்துவிட்டு எரிவதைப்போல ஞானக்கனல் வீசும். எரியும் நெருப்பில் குப்பைகளும், கழிவுகளும் எரிந்து சாம்பலாவதைப்போல நமது மனத்தில் உள்ள காமம், போட்டி, பொறாமை போன்ற தீய எண்ணங்களும் எரிந்து சாம்பலாகிவிடும்.

இந்த முத்திரையைச் செய்யும் போது மகான்கள் மிக அருமையான விளக்கத்தை அளித்திருக்கிறார்கள். நான், எனது என்னும் ஆணவம், கன்மம், மாயை ஆகிய மலங்கள் நம்மிடம் இருக்கின்றன. இது சுயநலத்தைத் தூண்டி நம்மை

கர்மவினைகளுக்கு ஆட்பட வைத்து, பிறவியைக் கொண்டு வருகின்றன. ஆகவே ஞானிகள் நான் மற்றும் எனது என்ற ஆசையை அதாவது பற்றுக்களை விட்டு விட வேண்டும் என்கின்றனர். அந்த மும்மலங்களை மூன்று விரல்களும் குறிக்கின்றன. அவைகளைத் தனியே விட்டு பற்றில்லாமல் வாழ்ந்து, சத்தோடு சித்து சேர வேண்டும். பெருவிரலும், கட்டைவிரலும் சேருவது இறைவனோடு நமது ஜீவாத்மா சேர்வதைக் குறிக்கிறது.

ஆக ஆணவம், கன்மம், மாயை ஆகியவற்றை விலக்கி, சத்தோடு சித்து சேருமானால் நமக்கு முத்தி கிடைக்கும் என்பதே சின்முத்திரையின் ரகசியம். இதைத்தான் ஞானமுத்திரையாக தட்சணாமூர்த்தியின் திருவுருவம் கோயில்களில் நமக்கு அறிவுறுத்துகிறது. தட்சணாமூர்த்தி குருவுக்கு எல்லாம் மகா குரு, யோக குரு அல்லவா?

ஞான முத்திரையை எவ்வளவுநேரம் செய்யலாம் என்பதற்கு வரையறை எதுவும் இல்லை. நீங்கள் எத்தனை நிமிடங்கள் தியானம் செய்கிறீர்களோ அத்தனை நிமிடமும் ஞானமுத்திரையில் இருக்கலாம்.

நாம் நேரடியாக சஹஸ்ரார சக்கரத்தை விரல் முத்திரை மூலமாகத் தூண்ட முடியாது. இது மிகவும் உயர்நிலைச் சக்கரம். சஹஸ்ரார சக்கரம் உச்சி மண்டையில் இருப்பதால் தலையின் உச்சியைக் குறித்து தியானம் செய்து வந்தால், பூர்வ ஜென்ம புண்ணியத்தின் பலனாக சித்தர்கள் மற்றும் மகான்களின் தரிசனம் கிடைக்கும். உலகப் பற்றை விடுவதற்கும், வைராக்கியம் பெறுவதற்கும் உதவும் சின்முத்திரை மற்றும் ஞான முத்திரை இந்த வகையான தியானத்திற்குப் பயன்படும்.

மாணவர்களும் மாணவிகளும் ஞான முத்திரையைத் தினமும் எப்போது வேண்டுமானாலும் செய்வதற்குத் தங்களைத் தயார்படுத்திக் கொள்வது நல்லது. கைகளினால் வேலை எதுவும் செய்யாத நேரங்களில் விரல்களைப் பயன்படுத்தி ஞானமுத்திரையைப் போட்டுக் கொண்டால் அளவில்லாத பயன்களைப் பெறலாம்.

ஞான முத்திரையைச் செய்வதன் மூலமாக அவர்களது

மனத்தில் நேர்மறையான எண்ணங்களின் சக்தி பெருகும். அதோடு அவர்களின் நரம்பு மண்டலம் கூட உறுதி பெறும். ஞான முத்திரையைத் தினமும் நீங்கள் ஒரு நிமிடம் செய்தால் கூட அதனால் கிடைக்கும் பலன் அபாரமானதாக இருக்கும்.

மாணவர்கள் பள்ளிக்கோ அல்லது கல்லூரிக்கோ செல்லும் நேரங்களில் விரல்களுக்கு எதுவும் வேலை இல்லை என்றால் ஞான முத்திரையைச் செய்யலாம். இதனால் மூளையின் ஆற்றல் பெருகும், நினைவுத்திறன் கூடும், நரம்புத்தளர்ச்சி போகும், உடலும் உள்ளமும் உற்சாகம் பெறும், மனம் அமைதியாக இருக்கும், சிந்தனை தெளிவாகும்.

ஞான முத்திரையைத் தூங்குவதற்கு முன்னால் செய்தால் அமைதியான ஆழ்ந்த உறக்கம் வரும். இந்த முத்திரையைத் தினமும் பயிற்சி செய்வதால் மனக்குழப்பங்கள் நீங்கும், மருந்து மாத்திரைகள் இல்லாமலேயே மூளை தொடர்பான குறைபாடுகள் அகலும். நரம்புமண்டலம் தொடர்பான நோய்கள் நீங்கும்.

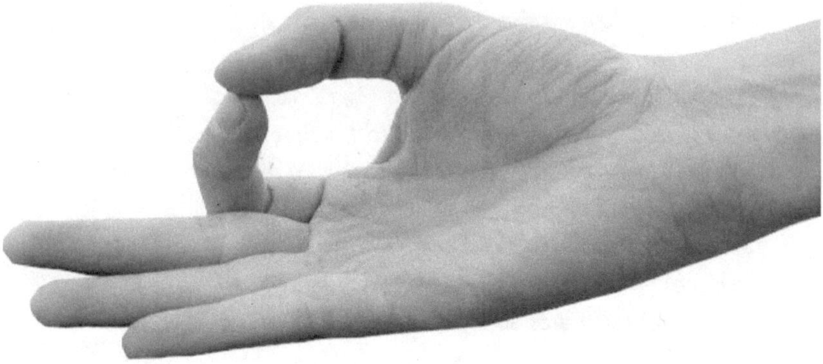

35. நோய் தீர்க்கும் முத்திரைகள்

'நோயற்ற வாழ்வே குறையற்ற செல்வம்' என்பதை நாம் அறிவோம். இந்தப் பழமொழியின் வலிமையை முழுமையான அர்த்தத்தை சாதாரண ஏழை எளிய மக்களைவிட, அதிகப் பணம் படைத்த செல்வந்தர்கள் நன்றாக அறிவார்கள். அவர்களுக்கு சர்க்கரைநோய், மூட்டுவலி, உயர் இரத்த அழுத்தம், பரபரப்பு, தோல் நோய்கள் போன்ற பலவகையான நோய்கள் மன அழுத்தத்தின் காரணமாகவும், வேலைப்பளுவின் காரணமாகவும் ஏற்பட்டு விடுகின்றன. சிறு வயதிலேயே இந்த வகையான நோயின் தாக்குதலுக்கு இரையாகி சிரிப்பை இழந்த முகத்தோடு சுற்றி வருபவர்களை நாம் தினமும் காணலாம்.

முத்திரைகளில் சில நோய் நீக்கும்

முத்திரைகளாக அமைந்திருக்கின்றன. இந்த வகையான முத்திரைகள் மருந்து மாத்திரைகளைப் போல வேலை செய்து நோய்களை நீக்குவதில்லை. இவை அடிப்படையைச் சரி செய்கின்றன.

'மிகினும் குறையினும் நோய்செய்யும்' என்கிறார் வள்ளுவர். நமது உடம்பில் உள்ள வாதம், பித்தம், கபம் ஆகிய மூன்றும் சமநிலையில் இருக்க வேண்டும். அது சமநிலையை இழந்தால் நோய்கள் ஏற்படும். இவைகளின் அளவு அதிகமானாலும், அல்லது குறைந்தாலும் நமது உடல் நோய்வாய்ப்படுவது உறுதி. அத்தகைய நோய்கள் உடலில் களைப்பை ஏற்படுத்தும், செயல்பாடுகளைக் குறைக்கும், வலியை வேதனையைக் கொண்டுவரும். மனத்தின் அமைதியைக் குலைத்து விடும்.

நமது உடல் பஞ்சபூதச் சேர்க்கையால் உருவானது. ஆகவே இந்த முத்திரைகள் பஞ்சபூதங்களையும், தசவாயுக்களையும் சமநிலைப்படுத்தி நோய் எதிர்ப்புத்திறனை அதிகரித்து, உடலின் வலிமையைக் கூட்டி நோய்களைத் தீர்த்து வைக்கின்றன.

இந்த வகையான முத்திரைகளைத் தொடர்ந்து செய்வதன் மூலமாக நாட்பட்ட நோய்களைக் கூட குணப்படுத்தி விட முடியும் என்பதை சில யோகா பயிற்சி நிபுணர்கள் நிரூபித்து இருக்கின்றனர். அப்படிப்பட்ட முத்திரைகளைப் பற்றி இப்போது தெரிந்து கொள்வோம்.

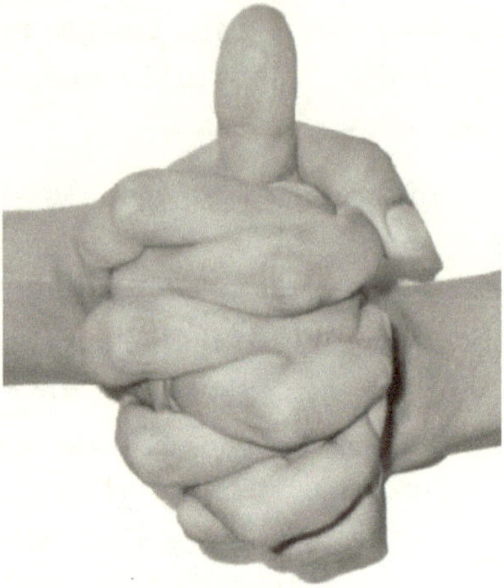

36. கிருமிகளை அழிக்கும் லிங்க முத்திரை

கிருமிகள் நீக்கமற நிறைந்திருக்கின்றன. காற்றில், நீரில், மண்ணில், வானத்தில் என்று கிருமிகள் இல்லாத இடமே உலகில் இல்லை. இந்தக் கிருமிகள் நமக்கு நோய்களை ஏற்படுத்துகின்றன. சாதாரண சளி முதலாக, சாவுக்கே கொண்டு செல்லும் எய்ட்ஸ் நோய் வரையில் கிருமிகளின் ஆட்சி நடக்கிறது. அது மனிதக் குலத்தை ஆட்டிப் படைக்கிறது.

கிருமிகளின் பிடியில் இருந்து தப்பிக்க நாம் எத்தனையோ கிருமி நாசினிகளை உபயோகித்து வருகிறோம். அப்படியிருந்தும் அவற்றின் பிடியில் இருந்து நம்மால் தப்ப முடிவதில்லை. அடிக்கடி நோய் வாய்ப்பட்டு மருத்துவத்திற்காக ஒரு கணிசமான தொகையை மாதம் தோறும் செலவழிக்கிறோம்.

கிருமிகளின் தொல்லையில் இருந்து நம்மைக் காப்பாற்றவும், நமக்குப் பாதுகாப்பு அளிக்கவும் ஏற்பட்டதே லிங்க முத்திரை என்பது.

இரண்டு உள்ளங்கைகளையும் சேர்க்கவும். இரண்டு கை விரல்களையும் ஒன்றோடு ஒன்று பின்னிக் கொள்ளவும். இடது கட்டை விரலை மட்டும் விட்டு விடவும். இந்த விரல் தனித்து நிற்கட்டும். இந்தக் கட்டை விரலை வலது கை கட்டைவிரலாலும், ஆள்காட்டி விரலாலும் ஒரு வளையம் போல வளைத்து விரல்களை இணைத்துக் கொள்ளுங்கள். இது தான் லிங்க முத்திரை.

இந்த முத்திரையை குளிர் காலத்தில் செய்தால் உடல் வெப்பம் அதிகமாகும். நோய் எதிர்ப்புச் சக்தி பெருகும். சளி, இருமல், நெஞ்சு பாதிப்பு ஆகியவை வராமல் தடுக்க இந்த முத்திரை உதவும்.

லிங்க முத்திரையைச் செய்தால் நுரையீரலில் பல நாட்களாகக் கட்டிக் கொண்டு அவஸ்தை ஏற்படுத்தும் சளித் தொந்தரவு நீங்கும். மேலும் இது உடல் உஷ்ணத்தை அதிகரிப்பதால் உடலில் புகுந்த நோய் ஏற்படுத்தும் கிருமிகளை எரித்து அழிக்கிறது.

லிங்க முத்திரை மற்றும் பிராண முத்திரை ஆகியவற்றைத் தினமும் குறிப்பிட்ட கால அளவில் செய்து வந்தால் தைராய்டு குறைபாடுகளினால் ஏற்படும் நோய்கள் குணமாகும்.

உடல் எடையைக் குறைக்க விரும்புவோர் இந்த முத்திரையைத் தினமும் இரண்டு அல்லது மூன்று வேளைகள் தொடர்ந்து செய்ய வேண்டும். அந்தக் காலங்களில் உடல் உஷ்ணம் அதிகப்படும். ஆகவே குறைந்தது 8 தம்ளர்கள் தண்ணீர் அவசியம் குடிக்க வேண்டும். குளிர்ச்சியான உணவுப் பதார்த்தங்களைச் சேர்த்துக்கொள்ள வேண்டும். நெய், பழங்கள் ஆகியவற்றை உணவில் சேர்க்க வேண்டும்.

நாம் உண்ணும் உணவைச் செரிப்பதற்கு நமது உடலில் ஜடராக்கினி என்ற நெருப்பு உண்டாகும். அது மந்தமாகும் போது செரிமானம் ஆகாது, ஜீரணக் கோளாறுகள் தோன்றும்.

சோம்பல் அதிகமாகும், தாமசகுணம் உருவாகும். இதைப் போக்க இந்த முத்திரையைத் தொடர்ந்து செய்ய வேண்டும். அதனால் பசி ஏற்படும், ஜீரணம் அதிமாகும்.

பெண்கள் தங்கள் வலதுகை மேற்புறமாக இருக்குமாறு கோர்த்து, இடது கை கட்டை விரலை உயர்த்த வேண்டும். ஆண்கள் இடது கை மேலே இருக்குமாறு கோர்த்துக் கொண்டு, வலது கட்டை விரலை உயர்த்திக் கொள்ள வேண்டும்.

வயிறு தொடர்பான பிரச்சனைகள், அல்சர் போன்றவை இருப்பவர்கள் இந்த முத்திரையைச் செய்வது கூடாது. காரணம் இந்த முத்திரையைச் செய்தால் உடலில் அதிக அளவு வெப்பம் உண்டாகும்.

லிங்க முத்திரையை மற்ற முத்திரைகளைச் செய்வது போல சற்று அலட்சியத்தோடு செய்வது கூடாது. அதற்கு உண்டான நியதிகளை மிகச்சரியாகக் கடைப்பிடிக்க வேண்டியது அவசியம்.

ஒருவர் பலமணிநேரம் நடைப்பயிற்சி செய்யும் போது எவ்வளவு வியர்வை உடலில் இருந்து வெளிப்படுமோ அத்தனை வியர்வையை பத்து முதல் பதினைந்து நிமிடங்கள் இந்த முத்திரையைச் செய்வதால் வெளியேறும். ஆகவே அதிக நேரம் செய்தால் உடல் களைத்து விடும்.

நோய் தீரும் காலம் மட்டும் இந்த முத்திரையைத் தினமும் செய்து வந்தால் போதும், நோய் தீர்ந்ததும் நிறுத்தி விடலாம்.

இந்த முத்திரையை அளவிற்கு அதிகமாகச் செய்தால் உடல் சோம்பல் உண்டாகும்.

சூன்ய முத்திரை

37. காதுவலி போக்கும் சூன்ய முத்திரை

இந்த முத்திரையில் நடுவிரல் கட்டைவிரலின் அடிப்பகுதியைத் தொடுவது போல வைத்துக் கொள்ள வேண்டும். கட்டைவிரலால் நடுவிரலை அழுத்திப் பிடித்துக் கொள்ளவும்.

இந்த முத்திரையைத் தினசரி மூன்று முறை மொத்தம் 15 நிமிடங்கள் செய்யலாம்.

காது நன்றாகக் கேட்பதற்கு இது அற்புதமான முத்திரையாகும். சூன்ய முத்திரை காது தொடர்பான வலிகளைக் குணப்படுத்துவதோடு, காது வலிகளையும் போக்குகிறது.

சூன்ய முத்திரையின் பயனை ஐந்து நிமிடங்கள் செய்தாலே அனுபவிக்க முடியும். இதற்கு உதாரணமாக ஒரு நிகழ்ச்சியைத் தருகிறேன்.

ஐந்தாம் வகுப்பில் படிக்கும் பிருந்தா என்ற சிறுமிக்கு ஒருநாள் காதுவலி ஏற்பட்டது. இரவு ஏழு மணிக்கு ஆரம்பித்த வலி நேரம் செல்லச் செல்ல அதிகமாகியது. சிறுமி வலி தாங்காமல் அழ ஆரம்பித்தாள். பக்கத்து வீட்டில் இருந்த அந்தப் பெண்ணின் தாய் என்னிடம் காதுவலிக்கு ஏதாவது மருந்து அல்லது மாத்திரை இருக்குமா? என்று கேட்டுக்கொண்டு வந்தார்.

காதுவலிக்கு என்ன மாத்திரை தருவது?

ஆகவே எனக்கு சூன்ய முத்திரையின் நினைவு வந்தது. இதைப் பயன்படுத்திப் பார்க்கலாமே என்று நினைத்தேன்.

உடனே காதில் சொட்டு மருந்து ஊற்ற வேண்டும், பிருந்தாவை அனுப்புங்கள் என்றேன்.

அவர்களும் உடனே அனுப்பினர். நான் அந்த சிறுமியிடம் காதில் மருந்து ஊற்றுவதற்கு முன்னால் ஒரு தியானம் செய்ய வேண்டும். அப்போது தான் மருந்து வேலை செய்யும். இதோ நான் செய்வதைப்போல உன் விரல்களை வைத்துக் கொள் என்று சொன்னேன்.

அவளும் அதற்கு ஒப்புக்கொண்டாள்.

உடனே நான் அந்தப் பெண்ணுக்கு சூன்ய முத்திரையைக் கற்றுக் கொடுத்தேன். இந்த முத்திரையைச் செய்து கொண்டே 'ஓம்' என்ற மந்திரத்தை உச்சரிக்கச் சொன்னேன். சிலருக்கு இந்த முத்திரையின் வலிமை தெரியாத காரணத்தினால் நம்ப மாட்டார்கள். அப்போது 'ஓம்' என்ற மந்திரத்தைச் சொல்லச் சொன்னால் அவர்களுக்கு மந்திர வலிமையின் மீது நம்பிக்கை வந்து விடும். அதனால் தான் நான் 'ஓம்' என்ற பிரணவத்தை கண்களை மூடிக்கொண்டு பிருந்தாவைச் சொல்ல வைத்தேன்.

அவளும் ஆர்வத்தோடு வலியைப் பொறுத்துக்கொண்டு முத்திரையைச் செய்தபடியே 'ஓம்... ஓம்' என்று சொல்லிக் கொண்டிருந்தாள்.

ஐந்து நிமிடத்திற்குப் பிறகு இப்போது வலி எப்படி இருக்கிறது என்று கேட்டேன்.

கண்களைத் திறந்த அந்தச் சிறுமி, மாமா இப்போ சுத்தமா வலியே இல்லே என்ன செஞ்சீங்க என்றாள்.

காதில் மருந்து போடட்டுமா என்று கேட்டேன்.

இப்போ கொஞ்சம் கூட வலியே இல்லே, மருந்து வேண்டாம் என்று சொல்லிவிட்டு ஓடியே போய்விட்டாள்.

மருந்து போடாமல் தன் மகளின் காதுவலியை நான் எப்படிக் குணமாக்கினேன் என்று அறிவதற்காக பிருந்தாவின் அம்மா அடுத்த ஐந்து நிமிடங்களில் வந்தார்.

அவருக்கு நான் சூன்ய முத்திரையின் மூலமாக காதுவலியைக் குணமாக்கியதைத் தெரிவித்தேன்.

அவர் அதை நம்பவில்லை, நீங்க பிரார்த்தனை பண்ணீங்கன்னு பிருந்தா சொன்னாள், அதுல தான் குணமாயிடிச்சி என்று சொல்லி நன்றி தெரிவித்துவிட்டுப் போனார்.

எனக்குத் தெரியும், இது சூன்ய முத்திரையின் அபார ஆற்றல் என்று.

காதுகளில் ஏற்படும் மந்த நிலையைப் போக்கவல்லது இம்முத்திரை. அது மட்டுமின்றி காதில் ஏற்படும் அனைத்துவித கோளாறுகள், காதுவலி, காது கேளாமை, உடலில் ஏற்படும் மதமதப்பு, அயர்ச்சி அதிகமான ஒலியால் ஏற்படும் காதடைப்பு, அதிர்ச்சியால் திடீரென ஏற்படும் நினைவிழப்பு போன்ற பலவித குறைபாட்டினைப் போக்கவல்லது இது.

நோய்க் குறி உள்ளவர்கள் மட்டும் தினமும் 5 முதல் 10 நிமிடம் செய்ய வேண்டும். நோய் நிவர்த்தி ஆனவுடன் இம் முத்திரையை நிறுத்திவிடவேண்டும்.

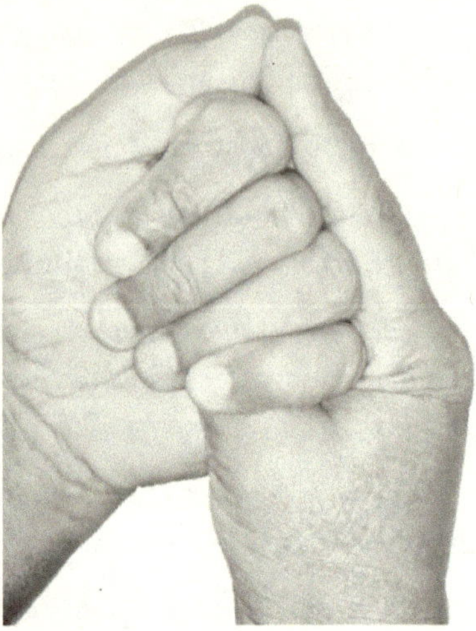

38. சூல்வளம் தரும் சங்கு முத்திரை

சங்கு முத்திரை குபேரனுக்குப் பிடித்த முத்திரையாக ஆன்மீக நூல்களில் சொல்லப்படுகிறது. இந்தியப் பண்பாட்டில் சங்கு முக்கிய இடத்தைப் பிடித்துள்ளது.

மனித வாழ்க்கையில் மூன்று சங்குகள் இடம் பெறும் என்கிறார் பட்டினத்தார்.

முதற்சங்கு அமுதூட்டும் மெய்குழலார் ஆசை
நடுச்சங்கம் நல்விலங்கு பூட்டும் கடைச்சங்கம்
ஆம்போ ததுஊதும் அம்மட்டோ? இம்மட்டோ?
நாம்பூமி வாழ்ந்த நலம்!

முதல் சங்கு பாலூட்டுகிறது, குழந்தையாக இருக்கும் போது.

இரண்டாவது சங்கு திருமணத்தின்போது ஊதப்படுகிறது.

மூன்றாவது சங்கு மரணத்திற்குப்பிறகு ஊதப்படுகிறது.

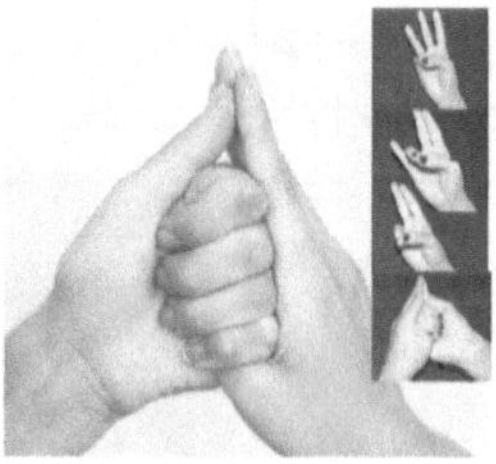

அந்தக் காலத்தில் குழந்தை பிறந்ததை சங்கு ஊதிக் கொண்டாடினார்கள். ஆணும் பெண்ணும் திருமணம் செய்து கொள்ளும் போதும் சங்கு ஒலிக்கும் பழக்கம் இருந்திருக்கிறது. இதனை ஆண்டாள் பாசுரத்தில்,

'மத்தளம் கொட்ட வரிசங்கம் நின்று ஊத' என்ற வரியில் தெரிவிப்பதில் இருந்து அறியலாம். இவ்வாறே ஒருமனிதன் இறப்பின் போதும் சங்கு ஒலிக்கிறது. இதை இன்றும் காண்கிறோம். இவ்வாறு மனித வாழ்க்கையின் முக்கியமான மூன்று காலகட்டத்திலும் சங்கு இடம் பிடித்துள்ளது. தற்போது கோயில் பூசையின் போது சங்கு ஒலிக்கிறது.

எதற்காக இத்தனை விளக்கம் என்றால் சங்கின் ஒலிக்கு லட்சுமி கடாட்சத்தை இழுத்து வரும் ஆற்றல் இருக்கிறது. காலையில் குளித்து விட்டு, குபேரன் படத்தின் முன்னால் நெய் விளக்கு ஏற்றி வைத்து, இந்த முத்திரையைச் செய்து பழகினால் செல்வ வளம் பெருகும்.

செல்வத்தை வேண்டாதவர்கள் யார்? இந்தக் காலத்தில் குழந்தை குட்டிகளுடன் வாழுகின்ற குடும்பஸ்தனுக்கு மட்டும்தான் பணம் வேண்டும் என்பதில்லை. காஷாயம் கட்டிக் கொண்டு துறவியாக வாழ்பவர்களுக்கும் பணம் தேவைப்படுகிறது.

இல்லாதவன் கஞ்சிக்கு அழுகிறான்
இருப்பவன் கார்வேண்டும் என்று அழுகிறான்.

அதுபோல பணம் இல்லாதவன் பிணம். இந்தப் பணத்தை எப்படியாவது சம்பாதிக்க வேண்டும் என்று நினைக்காமல், தர்ம வழியில் அடுத்தவர்களின் வாழ்க்கையைப் பாழாக்காமல், மனம் நோகாமல் சம்பாதிக்க வேண்டும் என்பதே நம் எல்லோருடைய விருப்பமும். அந்த விருப்பத்தைப் பூர்த்தி செய்வது தான் இந்த முத்திரையின் சிறப்பு.

இடது கை கட்டை விரலை வலது கை விரல்களினால்

பிடித்துக் கொள்ள வேண்டும். இடது ஆள்காட்டி விரல் வலது கையின் கட்டை விரலைத் தொட்டுக்கொண்டு இருக்க வேண்டும். மற்ற இடது கை மூன்று விரல்களினால் வலது கை விரல்களை லேசாக அழுத்தவும். இது தான் சங்கு முத்திரை. இப்போது சங்கின் உருவம் உங்கள் கைகளில் உருவாகி இருக்கும்.

வலது கையில் பெருவிரலுக்கும், ஆள்காட்டி விரலுக்கும் இடையில் சங்கின் வாய் போன்ற துவாரம் உண்டாகி இருக்கிறது அல்லவா! அதில் வாய் வைத்து மெதுவாக ஊதுங்கள், சங்கின் நாதம் மெலிதாகக் கேட்கும்.

தைராய்டு சுரப்பு அதிகம் இருப்பவர்கள் இந்த முத்திரையைச் செய்யக்கூடாது. தகுந்த மருத்துவரின் அல்லது யோகா முத்திரை குருவின் ஆலோசனையைக் கேட்டு அதன் பிறகு செய்யவும்.

சங்கு முத்திரையை உட்கடாசனாவில் அமர்ந்து செய்தால் அதிகப் பலன் பெறலாம். வஜ்ராசனம் அல்லது சுகாசனத்தில் அமர்ந்தும் செய்யலாம்.

ஆரம்ப நிலையில் இருப்பவர்கள் தினமும் பதினைந்து நிமிடங்கள் செய்து வரவும். பழக்கம் வரவர நேரத்தை அதிகரித்து 50 நிமிடங்கள் வரையில் செய்யலாம். ஒரேயடியாக 50 நிமிடங்கள் செய்வதற்கு நேரம் இல்லாதவர்கள் தினமும் மூன்று முறை சங்கு முத்திரையை பதினைந்து நிமிடங்கள் வீதம் செய்தால் போதும்.

சங்கு முத்திரையைச் செய்யும் போது

ஓம் பாஞ்ச ஜன்யாய வித்மஹே
பவமானாய தீமஹி
தந்நோ சங்கப் ப்ரசோதயாத்

என்ற சங்கு காயத்திரி மந்திரத்தைச் சொன்னால் அதிகப் பலன் பெறலாம்.

பெருவிரல் நெருப்பு தத்துவம் என்பதால் அதை மற்ற விரல்களோடு அதாவது மற்ற இயற்கை சக்திகளோடு

இணைப்பதே இந்த முத்திரையின் அடிப்படை.

இந்த முத்திரையைத் தொடர்ந்து செய்தால் நீங்காத செல்வம் நிறையும். அதோடு வேறு பல நன்மைகளும் ஏற்படும்.

தொண்டை பாதிப்புக்கள் குறையும், தைராய்டு பிரச்சினைகள் தீரும். ஜீரணக் கோளாறுகள் நீங்கும். குரல் வளம் அதிகமாகும். நீண்ட நேரம் பேசுபவர்களான ஆசிரியர்கள், பேச்சாளர்கள், இசைக்கலைஞர்கள்ஆகியோருக்கு இந்த முத்திரை மிகவும் பயன்தரும்.

இந்த முத்திரையைச் செய்வதால் உடல் வலிமை அடையும், தூய்மை அடையும்.

மணிபூரகச் சக்கரம் வலுவடைந்து சீராக இயங்கும்.

குரல் வளமாகும், திக்குவாய் குறையும்.

தங்குதடையில்லாமல் பேசுவதற்கு உதவும்.

தொண்டை அழற்சி நோய் குணமாகும்.

செரிமானம் அதிகமாகி வயிறு தொடர்பான நோய்கள் குணமாகும்.

ஆன்மீக முன்னேற்றம் உண்டாகும்.

கோயில்களில் நடை திறக்கும் போது சங்கு முழக்குவார்கள். அதுபோல நமது உள்ளத்தின் கதவைத் திறந்து தெய்வீக நாதத்தைப் பரப்புவதற்கு இந்த முத்திரை உதவும்.

மனம் அமைதி அடையும்.

39. மூட்டுவலி போக்கும் சுரபி முத்திரை

இந்த முத்திரை சற்று சிக்கலானது. இடது கையின் சுண்டு விரல் வலது கையின் மோதிரவிரலைத் தொட்டுக்கொண்டு இருக்க வேண்டும். அதே போல வலது கையின் சுண்டு விரல் இடதுகையின் மோதிர விரலைத் தொட்டுக் கொண்டு இருக்க வேண்டும். படத்தைப் பாருங்கள். வலது ஆள்காட்டி விரலின் நுனி இடது நடுவிரலின் நுனியுடனும், இடது ஆள்காட்டி விரலின் நுனி வலது நடுவிரல் நுனியுடனும் தொட்டுக் கொண்டு இருக்க வேண்டும். இதுவே சுரபி முத்திரையாகும், விரல்களில் அதிக அழுத்தம் தரத் தேவையில்லை. பெருவிரல்கள் ஒன்றையொன்று தொடாமல் படத்தில் காட்டியுள்ளபடி இருக்க வேண்டும்.

ஆரம்பத்தில் இந்த முத்திரையைச்

செய்வது சற்று கஷ்டமாக இருக்கும். தொடர்ந்து பயிற்சி செய்து வந்தால் இலகுவாகிவிடும். இந்த முத்திரையைப் பதினைந்து முதல் இருபது நிமிடங்கள் வரையில் செய்யலாம்.

சுரபி என்றால் அமுதசுரபியைக் குறிக்கும். எடுக்க எடுக்கக் குறையாத செல்வவளம் உடையது அது. நாம் வேண்டுவனவற்றை வேண்டும் அளவிற்குக் கொடுக்கும் ஆற்றல் பெற்ற அட்சய பாத்திரமே அமுதசுரபி. அதைப்போல இந்த முத்திரையை நம்பிக்கையோடு தொடர்ந்து செய்து வந்தால் நாம் நல்ல பலன்களை அளவின்றிப் பெறலாம்.

சுரபி முத்திரை ருமேடிசம் என்னும் வாதநோயைக் குணமாக்கும். இது தவிர மற்ற மூட்டு வலிகளும் குணமாகும். சுரபி முத்திரையைத் தொடர்ந்து செய்து வந்தால் உடல் உறுதியாகும், சிந்தனை தெளிவாகும். எண்ணங்கள் சீராகும், சிறுநீரகக் கோளாறுகள் நீங்கும்.

சுரபி முத்திரையைத் தொடர்ந்து செய்து வந்தால், மூட்டுக்களில் உள்ள வீக்கம், வலிகள் போன்றவை படிப்படியாகக் குறைந்து விடும்.

வெள்ளம் வருவதற்கு முன்னால் அணைகட்டுவதைப்போல இந்த முத்திரை நோய்வருவதற்கு முன்னால் அதைத் தடுப்பதற்குப் பெரிதும் உதவும். வயிறு சம்பந்தப்பட்ட நோய்கள் குணமாகும், பெண்களுக்கு தொப்புளைச் சுற்றி உள்ள பகுதிகள் வலுவடைகின்றன, ஆரோக்கியம் பெறுகின்றன. சுரப்பிகள் தூண்டப்பட்டு உடல் நோய் எதிர்ப்பு சக்தியைப் பெறுகிறது. வலிமை அடைகிறது, உடல் செல்கள் புதுப்பிக்கப்படுகின்றன.

ஆள்காட்டி விரலும் நடுவிரலும் சேர்வதால் ஐம்பூதங்களில் வாயுவும், ஆகாயமும் இணைகின்றன. இதனால் பெரும்பயன் விளைகிறது.

இந்த முத்திரையைச் செய்யும் பொழுது உங்கள் உடலில் உள்ள கழிவுகள், நோய்கள் ஆகியவை கருப்புநிற புகைபோல உடலில் இருந்து வெளியே போவதாகக் கற்பனை செய்து கொள்ளவும். மனத்திரையில் இந்தக் காட்சியை முத்திரை செய்யும் நேரங்களில் நினைத்தபடி தொடர்ந்து பயிற்சி செய்தால் உடல் நோய்கள் கொஞ்சம் கொஞ்சமாகக் குறைவதை அனுபவிக்கலாம்.

இதேபோல முத்திரையைத் தியானம் செய்யும் நேரத்தில் வானத்தில் இருந்து ஒரு அழகான, சுகமான வெளிச்சம் உங்கள் உடலுக்குள் நுழைவதாகவும் கற்பனையில் கண்டு ரசிக்க வேண்டும். இதன் மூலமாக உங்கள் நோய்கள் நீங்குவதாகவும், உங்கள் உடலும் உள்ளமும் இருள் நீங்கி பிரகாசம் அடைவதாகவும் மனத்திரையில் கற்பனை செய்து வாருங்கள். இவ்வாறு தொடர்ந்து பயிற்சி செய்து வந்தால் குறிப்பிட்ட நாட்களுக்குப் பிறகு உங்கள் உடலில் இருந்து கரும்புகை வெளியேறுவது நின்றுவிடும். உடம்பு ஒளிமயமாகும்.

சுரபி முத்திரையின் விசேஷ சக்தி இதுதான்.

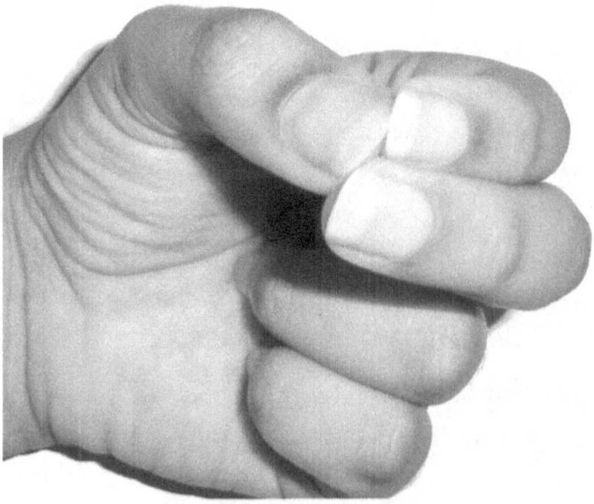

40. செல்வ வளம் தரும் குபேர முத்திரை

செல்வத்தை விரும்பாதவர்கள் யாராவது இருப்பார்களா ? எல்லோருக்கும் செல்வந்தராக வேண்டும், வசதியான வாழ்க்கை வாழ வேண்டும். கார், பங்களா போன்ற சொகுசுகள் வேண்டும் என்ற ஆசை உண்டு.

இல்லானை இல்லாளும் வேண்டாள்
மற்று ஈன்றெடுத்த தாய்வேண்டாள்
செல்லாது அவன் வாயின் சொல்

என்பது அந்தக் காலப் பாடல்.

செல்வத்தைச் சேர்ப்பதற்கு என்ன செய்ய வேண்டும்? என்று கேட்கிறீர்களா?

அதற்குக் கடினமாக உழைக்க வேண்டும். ஆனால் வெறும் உழைப்பு மட்டும் போதாது, அதனோடு இந்த முத்திரையையும் சேர்த்து செய்ய வேண்டும்

என்கிறார்கள் முத்திரை யோக வல்லுநர்கள்.

இந்த முத்திரையானது நெருப்பு, காற்று, ஆகாயம் ஆகிய மூன்று பூதங்களை ஒன்றாக இணைத்து அபார சக்திகளைக் கொண்டுவரும் ஆற்றல் படைத்தது. பெருவிரல் நுனியுடன் ஆள்காட்டி விரல் மற்றும் நடுவிரல் நுனிகளை இணைப்பதே குபேர முத்திரையாகும். அதிக அழுத்தம் தராமல் விரல்களைத் தளர்வாக வைத்துக்கொள்ள வேண்டும். தினமும் பத்து முதல் பதினைந்து நிமிடங்கள் வரையில் இந்த முத்திரையைச் செய்து வந்தால் எண்ணிய காரியங்கள் நிறைவேறும்.

இந்த முத்திரையை எவ்வளவு நேரம் செய்கிறோம் என்பது முக்கியம் அல்ல; எத்தனை ஆழமான சிந்தனையோடு, மன ஒருமைப்பாட்டோடு செய்கிறோம் என்பதே முக்கியம்.

அந்தக் காலத்தில் ‘அகல உழுவதைவிட ஆழமாக உழு’ என்ற பழமொழியை விவசாயிகளுக்குச் சொல்வார்கள். ஏராளமான நிலப்பரப்பை ஏதோ உழுதோம் என்று பேருக்காகக் கிளறி விட்டுப் போய்விட்டால் அது நிலத்தை உழுததாக ஆகாது. கீழ் மண் மேலாகவும், மேல் மண் கீழாகவும் புரளவேண்டும், காற்றும் வெளிச்சமும் மண்ணுக்குள் இறங்க வேண்டும். ஆகவே அகலமாக உழுவதை விட ஏரை அழுத்திப் பிடித்து ஆழமாக உழுதால் மட்டுமே அதிகமான உற்பத்தியைப் பெறலாம்.

குபேர முத்திரையைச் செய்யும் போது என் நண்பன் தினமும் பத்து நிமிடம் செய்கிறான். ஆகவே நான் பதினைந்து நிமிடங்கள் செய்வேன் என்று பெருமை பாராட்டி நேரத்தை அதிகப்படுத்தினால் மட்டும் உங்களிடம் செல்வம் குவிந்து விடாது. மனஒருமைப்பாட்டோடு இந்த முத்திரையைச் செய்து வரவேண்டும்.

உங்களுக்கு எது வேண்டுமோ அதை நிறைவேற்றி வைக்கின்ற ஆற்றல் இந்த முத்திரைக்கு உண்டு. வீடு வேண்டுமா? உங்கள் பெண்ணை விட இரண்டு வயது மட்டுமே பெரியவனாக மாப்பிள்ளை வேண்டுமா? உங்கள் பிள்ளைக்கு குறிப்பாக அந்தக் கல்லூரியில் சீட் வேண்டுமா? இந்த எழுத்தாளர் எழுதிய குறிப்பிட்ட அந்தப் புத்தகம் உங்களுக்குக் கிடைக்க வேண்டுமா? உங்கள் கோரிக்கை எதுவாக இருந்தாலும் பரவாயில்லை. இந்த முத்திரை உங்கள் நியாயமான ஆசைகளை நிறைவேற்றும்.

குபேர முத்திரையை மூன்று விரல் தந்திரம் என்று ஏற்கெனவே பலரும் அறிந்து உபயோகித்து பலன் அடைந்து வருகிறார்கள். ஆல்பா மனத்தியானத்தில் குறிப்பிட்ட காரியத்தில் வெற்றி பெறுவதற்காக இந்த முத்திரையைப் பயன்படுத்துகின்றனர்.

வேறு சிலர் தங்களுடைய எதிர்காலத் திட்டங்களை எளிதாக நிறைவேற்ற இந்த முத்திரையைச் சரியான வலிமை மிகுந்த உந்து சக்தியாக உபயோகித்து வருகிறார்கள்.

நீங்கள் எதிர்காலத்தில் ஒரு அலுவலகத்தை நடத்த விரும்புகிறீர்களா? அதன் முதலாளியாக இருக்க ஆசைப்படுகிறீர்களா?

மனத்திரையில் அந்த அலுவலக் கட்டடத்தையும், அதில் உங்கள் குளிர்பதனம் செய்யப்பட்ட அறையையும், அதில் உயர்ந்த நாற்காலியில் நீங்கள் அமர்ந்திருப்பதையும் கற்பனையாக மனத்திரையில் நிகழ்ச்சிகளாகக் கொண்டு வாருங்கள்.

நீங்கள் கைபேசியில் பேசுவதாகவும், எதிரே இரண்டு பேர் அமர்ந்து உங்களிடம் அலுவலகப் பிரச்சினை குறித்து கேட்பதாகவும், உங்கள் வாயில் இருந்து வருகின்ற வார்த்தைகளை அவர்கள் மிகவும் மரியாதையோடு கேட்பதாகவும், மனத்திரையில் காட்சிகளை ஓடவிடுங்கள்.

இந்த மனக்காட்சியை நினைத்துக் கொண்டே கையில் விரல்களை மடக்கி குபேர முத்திரையைப் போடுங்கள். நீங்கள் மனத்திரையில் பார்த்த உங்கள் தேவைகள், விருப்பங்கள் ஆகியவை எல்லாம் படிப்படியாக நிறைவேறும்.

அவைகள் நிறைவேறுவதற்கான சூழ்நிலைகள் ஏற்படும். சூழ்நிலையில் மாறுதல்களைக் கொண்டு வந்து உங்கள் அடிமனத்தில் விஸ்வரூபம் எடுத்து நிற்கும் விருப்பத்தை குபேர முத்திரை நிச்சயமாக நிறைவேற்றி வைக்கும்.

இந்த முத்திரையில் தியானம் செய்து ஆல்பா நிலைக்கு வெளிமனம் அடங்கிய பிறகு உள்மனத்தில் நாம் எதையெல்லாம் ஆசைப்பட்டு நடக்க வேண்டும் என்று நினைக்கிறோமோ அவையெல்லாம் மாயாஜாலம் போல நடக்க ஆரம்பிக்கும்.

கட்டைவிரல் அக்னி தத்துவத்தோடு தொடர்புடையது. இது செவ்வாய் கிரகத்தின் ஆதிக்கத்தில் இருப்பது.

ஆள்காட்டி விரல் குருவின் ஆதிக்கத்தில் இருப்பது, இது காற்றுத் தத்துவத்தோடு தொடர்புடையது.

நடுவிரல் இது சனிக்கிரகத்தின் ஆதிக்கத்தில் இருப்பது, ஆகாயத் தத்துவத்தோடு தொடர்பு கொண்டது.

குபேர முத்திரையில் இந்த மூன்று கிரகங்களும், மூன்று தத்துவங்களும் ஒன்றாக இணைகின்றன. இதனால் அதிகப்படியான சக்தி கிடைக்கிறது.

செவ்வாய் துணிச்சலுடன் செயல்படும் தன்மையைத் தரும். என்ன ஆகிவிடப் போகிறது? வாழ்ந்து பார்க்கலாம் வா என்ற தைரியம் கிடைக்கும்.

குரு மகிழ்ச்சியுடனும் விருப்பத்திற்கு ஏற்றவகையில் ஒத்துழைக்கும் தன்மை கொண்டது. எனவே நல்ல சூழ்நிலைகள் அமையும். அவ்வாறு அமையாத பொழுது சூழ்நிலைக்கு ஏற்ப தன்னை மாற்றிக் கொள்ளும் எண்ணம் ஏற்படும். பால்பாயசம் கிடைக்கும் என்று எதிர்பார்த்து வந்தேன், இல்லை கஞ்சி தான் கிடைக்கிறது. பரவாயில்லை இது தான் பசிக்கு ஏற்றது, உடலுக்கு ஆரோக்கியம் தருவது என்ற புதிய சிந்தனை தோன்றும். இதனால் மனம் அமைதி பெறும்.

சனி உறுதியோடு உழைத்து புதிய பாதையில் சென்று வெற்றி பெற உதவுகிறது. எத்தனை கடினமான பாதையாக இருந்தால் என்ன? திட்டம் போட்டு விட்டோம், பாதியில் நிறுத்தாமல் செய்து முடித்து விடுவோம் என்று மேலும் முன்னேற வேண்டும் என்ற உறுதி உண்டாகும்.

இதன் காரணமாக குபேர முத்திரையைப் போட்டுக் கொண்டு, மனத்தில் ஒரு நியாயமான ஆசையை அழுத்தமாக எண்ணி, அவைகளைக் காட்சிகளாகப் படம் பிடித்து மனத்திரையில் பார்க்கப் பழகிக் கொண்டால் அவைகள் நிறைவேறுகின்றன.

இதையே தான் சுயமுன்னேற்றத்தைக் கற்றுத்தரும் அத்தனை ஆசிரியர்களும் திருப்பித் திருப்பி கூறுகின்றனர். நீங்கள் எதை அடைய விரும்புகிறீர்களோ அதை அடைந்து விட்டதாகக்

கற்பனை செய்து கொண்டு தினமும் உங்கள் ஆழ்மனத்திற்கு கட்டளையிட்டு வாருங்கள். இவ்வாறு தொடர்ந்துசெய்யும் போது அந்த ஆழ்மனம் அதற்கு உண்டான சூழ்நிலைகளை ஏற்படுத்தித்தரும் என்கிறார்கள் அவர்கள். இந்த முத்திரை அந்த எண்ணத்தை ஊக்குவிக்கவும், உறுதிப்படுத்தவும் பெரிதும் தூண்டுகோலாக இருக்கிறது.

எந்த நேரத்திலும் எந்த இடத்திலும் குபேர முத்திரையைப் பயன்படுத்தி வெற்றி பெற உங்களைப் பழக்கப்படுத்திக் கொள்ளுங்கள்.

இந்த முத்திரையின் சக்தியினால் மனம் நன்றாகச் செயல்படும், நாம் எதை விரும்புகிறோமோ அதை முடித்துக் கொடுத்து நமது விருப்பத்தை நிறைவேற்றும்.

குபேர முத்திரையில் இருந்து கொண்டு உங்கள் இதயத்தைப் பார்த்து நெஞ்சே! இந்த முத்திரை உனக்கு நன்மையைத் தருகிறதா? உண்மையாகவே நீ மகிழ்ச்சி அடைகிறாயா? என்று கேட்டுப் பாருங்கள். கண்களை மூடித் தியானத்தில் அமர்ந்து கொண்டு குபேர முத்திரையோடு நீங்கள் கேட்டால் உங்கள் உள்ளம் மிகுந்த மகிழ்ச்சி அடையும். இதன் காரணமாக உடலில் உள்ளத்தில் புதிய உற்சாகம் பீறிடும். எடுத்த காரியங்கள் மளமளவென்று முடிய ஆரம்பிக்கும். தடைகள் படிக்கற்களாக மாறிவிடும்.

ஒருவருடைய உதவி உங்களுக்குத் தேவைப்படுகிறது. அவர் இந்த உதவியைச் செய்வாரா மாட்டாரா என்று சிறிய சந்தேகம் எட்டிப்பார்க்கிறது. இதை மீறிக் கொண்டு அவர் உங்களுக்கு உதவி செய்ய வேண்டும் என்று விரும்புகிறீர்களா?

நல்லது, அப்படியானால் குபேர முத்திரையைப் போட்டுக் கொண்டு மனக்கண்ணில் அந்த நபரின் உருவத்தை கொண்டுவந்து அவரிடம் நீங்கள் விரும்பியதைக் கேளுங்கள். நிச்சயமாக அவர் மறுக்காமல் உங்களுக்கு மனமுவந்து உதவி செய்வதைப் பார்த்து நீங்களே ஆச்சரியப்படுவீர்கள்.

தொழிலில், வியாபாரத்தில், வேலையில் எங்கே என்ன பிரச்சினை வந்தாலும் அவைகளைத் தீர்க்கவும், சரி செய்வதற்கும் இந்த முத்திரையைச் சரியாகப் பயன்படுத்திக் கொள்ளலாம்.

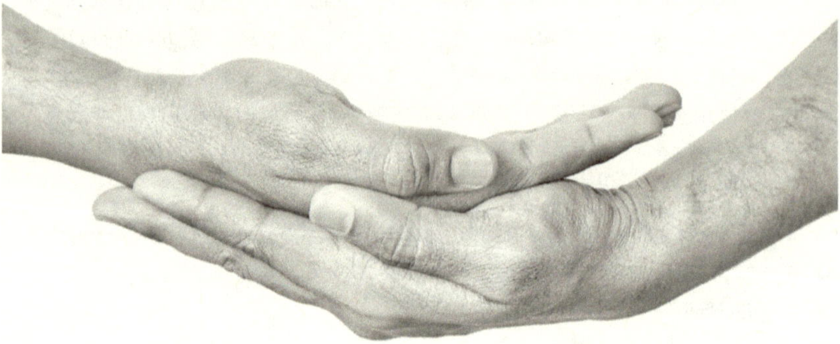

தியான முத்திரை

41. நினைத்ததை நிறைவேற்றும் தியான முத்திரை

உங்கள் இரண்டு கைகளையும் படத்தில் காட்டியபடி இணைத்து மடியில் வைத்துக்கொள்ளுங்கள். கட்டை விரல்களை இணைத்து மேலே தூக்கியபடி பொருத்திக் கொள்ளுங்கள். இப்போது உங்கள் இரண்டு கைகளும் இணைந்த நிலையில் ஒரு பிட்சா பாத்திரம் போல தோற்றம் தருகிறது. இந்த நிலையில் தியானம் செய்தால் மனம் அமைதியாகும்.

கடவுளே என்னிடம் எதுவும் இல்லை. நான் என் மனத்தைக் காலியான பாத்திரம் போல சுத்தமாகவும், புனிதமாகவும் வைத்துக் கொண்டிருக்கிறேன். உன்னுடைய கருணையை, ஆசிகளை அதில் நிரப்பு என்பதே தியான முத்திரையின் தத்துவம்.

நமது மனத்தில் போட்டி

பொறாமை, சுயநலம் போன்ற கீழான குணங்கள் இல்லாமல் அவைகளைச் சுத்தமாகத் துடைத்தெறிந்து விட்டு, எளிமையோடும், அமைதியோடும் மனத்தை வைத்துக் கொண்டால் இறைவனின் கருணை வெள்ளம் அதில் பாயும். பணிவும் அடக்கமும் உள்ளவனை அத்தனை ஐஸ்வர்யங்களும் தேடிவரும் என்பதை புத்தரின் தியான முத்திரை நமக்குத் தெரிவிக்கிறது.

திருமூலர் முதல் இன்றைய சித்தர்கள் வரையில் பலரும் இந்தத் தியான முத்திரை நிலையில் அமர்ந்திருப்பதை நீங்கள் கோயில் சிலைகளில் பார்க்கலாம்.

நமது அன்றாட வாழ்க்கையில் கூட இந்த முத்திரையைப் பயன்படுத்தி அதிகமான பலன்களை அடையலாம். உங்களிடம் நேர்மையாகவும், மிகவும் அன்பாகவும் பழக்கக்கூடிய நண்பர்கள் மற்றும் உறவினர்களிடம் நீங்கள் ஒரு உதவியை அல்லது பொருளைக் கேட்க விரும்பினால் இந்த முத்திரையில் அமர்ந்து கொள்ளுங்கள். மனத்தை ஒருநிலைப்படுத்தி உங்கள் நண்பரை மனக்கண்ணில் கொண்டு வந்து, அவரிடம் எனக்கு உன்னால் இந்த உதவி ஆக வேண்டியிருக்கிறது. நீ மறுக்காமல் வந்து உதவி செய் என்று வேண்டிக் கொள்ளுங்கள். ஆச்சரியப்படும் விதமாக அந்த நபர் உங்களைப் பார்த்து நான் ஏதாவது செய்ய வேண்டுமா? இருந்தால் சொல்லுங்கள் என்று கேட்பார்.

உங்களது நியாயமான விருப்பங்களைத் தியான நிலையில் அமர்ந்து இறைசக்தியிடம் தெரிவிப்பதன் மூலம் அது மேற்கொண்டு எந்தவிதமான பேச்சுவார்த்தைகளும் தேவையில்லாமலேயே நிறைவேற்றப்படும். இதை அனுபவத்தில் உணர்ந்து நீங்கள் மகிழலாம். தியான முத்திரை அத்தனை ஆற்றல் வாய்ந்தது.

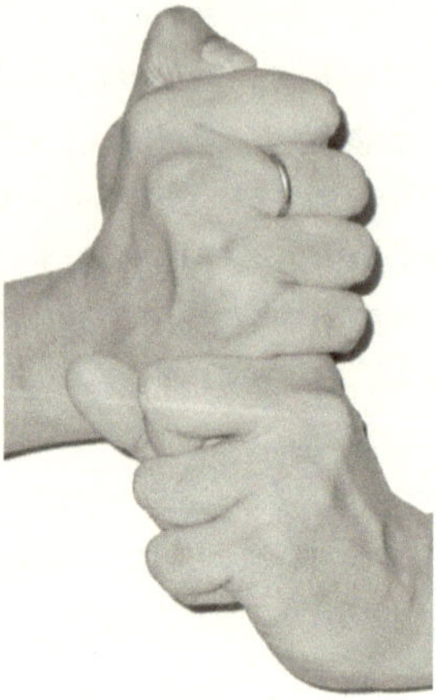

குண்டலினி முத்திரை

42.செக்ஸ் பிரச்சினைகளைத் தீர்க்கும் குண்டலி முத்திரை

இரண்டு கை விரல்களையும் தளர்வாக மூடிக் கொண்டு இடது முஷ்டியை கீழே வைத்து, அதன் மீது வலது முஷ்டியை படத்தில் காட்டியிருப்பது போல வைத்துக் கொள்ளுங்கள்.

இடது ஆள்காட்டி விரலை வலது மடக்கிய கைத்துவாரத்தில் நுழைத்துக் கொள்ளவும். இப்பொழுது வலது பெருவிரலால் இடது ஆள்காட்டி விரலின் நுனியை லேசாகத் தொட்டுக் கொள்ளவும். வலதுகை விரல்களினால் இடது ஆள்காட்டி விரலை இறுகப் பற்றிக் கொள்ளுங்கள். இதுவே குண்டலினி முத்திரை எனப்படுகிறது.

குண்டலினி முத்திரையைப் பத்மாசனம் அல்லது வஜ்ராசனத்தில் அமர்ந்து செய்வது நல்லது. முடியாதவர்கள்

தரையில் அமர்ந்து செய்யலாம் அதுவும் முடியவில்லை என்றால் நாற்காலியில் உட்கார்ந்தபடி செய்யலாம். இந்த முத்திரையைச் செய்யும் போது முதுகந்தண்டு, கழுத்து ஆகியவை நேராக இருக்குமாறு பார்த்துக் கொள்ளவும். சுவாசத்தைச் சீராக விடவும்.

இந்த முத்திரை சிவசக்தி ஐக்கியமாக தந்திரயோகப் பயிற்சிகளில் சொல்லப்பட்டுள்ளது. தந்திரயோக சித்தாந்தப்படி குண்டலினி முத்திரையைச் செய்வதால் பாலியல் உணர்ச்சி தூண்டப்படும். இந்த முத்திரையை யோகப் பயிற்சிகளுடன் செய்யும் போது குண்டலினி சக்தி தூண்டப்படும். இதனால் பாலியல் உணர்வு அதிகப்படும்.

பாலியல் குறைபாடு இருக்கும் ஆணும் பெண்ணும் இந்த முத்திரையைச் செய்து வந்தால் அவர்களது குறைகள் நீங்கும். இந்த முத்திரையைச் சரியாகச் செய்யும் போது பெண்களுக்கு அடிவயிற்றில் ஒருவிதமான குறுகுறுப்பு ஏற்படும், ஆண்களுக்கு ஆண்குறியில் விரைப்பு ஏற்படும். அந்த நிலையில் இந்த முத்திரையை நிறுத்திக்கொள்வது நல்லது. பிறகு அடுத்த நாள் தொடர்ந்து பயிற்சி செய்யலாம்.

ஆணும் பெண்ணும் உடலுறவு கொள்ளும் போது ஆணுக்கு விந்து நீக்கம் ஏற்படும். அவ்வாறு இல்லாமல் அதாவது விந்து வெளிப்படாமல் குண்டலினி சக்தியின் மூலமாக விந்துவை மேலே ஏற்றி, சிரசின் உச்சியில் சூட்சும சரீரத்தில் சிவசத்தி ஐக்கியத்தை உணர்வதே குண்டலினி முத்திரையின் பலன் என்று தந்திரயோகிகள் கூறுகிறார்கள்.

உடலுறவில் ரகசிய முறைகளை தந்திர சாதனையின் போது அந்தக் காலத்தில் கடைப்பிடித்தனர். இதன் மூலமாக ஆணும் பெண்ணும் இரண்டறக் கலக்கும் பரமானந்த நிலை அனுபவப்பட்டது. இதனை பௌத்தர்கள் மகாசுகம் அல்லது நிர்வாணம் என்றனர். இந்த நிலையை அடைவதற்கு சில குறிப்பிட்ட முத்திரைகளையும் பயன்படுத்தினர். அப்படிப்பட்ட முத்திரைகளை கைகளின் மூலமாகச் செய்வதையே நாம் மேலே பார்த்தோம்.

உடலுறவில் ஈடுபட வயதிருந்தும் மனத்தில் ஆசை அற்றுப்

போதல், ஆணைப் பெண்ணோ, அல்லது பெண்ணை ஆணோ பார்த்தாலும், தொட்டாலும் ஆசையோ மோகமோ வராது இருத்தல், உடலுறவின் போது மதன நீர் சுரப்பு குறைதல் அல்லது அற்றுப்போதல் போன்ற குறைகளை நிவர்த்தி செய்வதற்கு தாந்திரிக முறையில் இந்தக் குண்டலினி முத்திரை பெரிதும் பயன்பட்டது.

இந்த முத்திரையைச் சரியான கால அளவில் முறையாகச் செய்து வந்தால் என்றும் இளமையோடு இருக்கலாம், இல்லற இன்பத்தை முழுவதுமாக அனுபவிக்கலாம் என்கின்றனர் யோக நிபுணர்கள்.

குண்டலினி முத்திரையின் பலனாக ஆண் பெண் உடலுறவு இயக்கங்களைப் பலப்படுத்திக் கொள்ளலாம், செக்ஸ் பிரச்சினைகளுக்கும் தீர்வு காணலாம்.

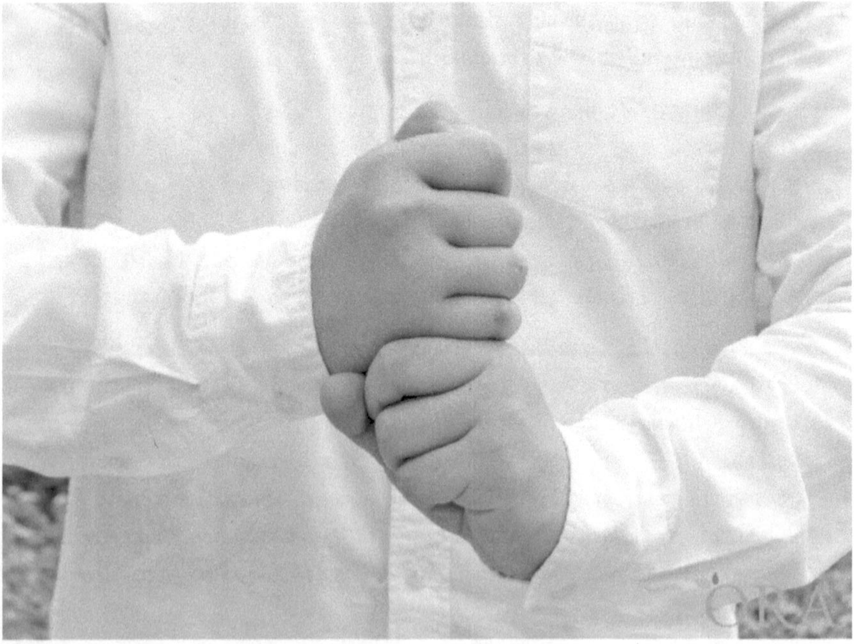

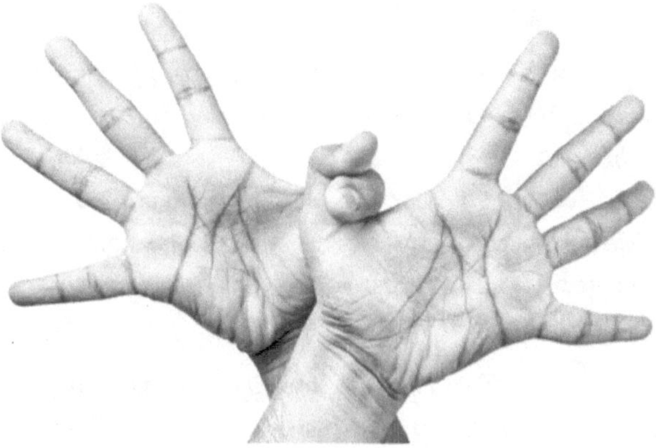

கருட முத்திரை

43. பார்வைக் குறைபாடுகளைப் போக்கும் கருட முத்திரை

இந்த முத்திரையைச் செய்தால் உடல் அசதி, சோர்வு போன்றவை நீங்கும். நினைவாற்றல் அதிகமாகும். அத்துடன் கருட முத்திரை பார்வைக் கோளாறுகளை நீக்கும் ஆற்றல் படைத்தது. கருடன் வானத்தில் மிக உயரத்தில் பறக்கும், எத்தனை காற்று வீசினாலும் அதனால் பாதிக்கப்படாமல் மிக லாவகத்துடன் அதைத் தனக்குச் சாதகமாக்கிக் கொண்டு பறக்கும் ஆற்றல் பெற்றது இப்பறவை. மேலும் கருடன் காற்றில் பறக்கும் போது தனது சிறகுகளை படபடவென்று காக்கைகளைப் போல அடித்துக் கொள்ளாமல், மிகவும் கம்பீரத்தோடு இறக்கைகளைக் காற்றில் லேசாக அசைத்தபடியே பறக்கும். அது காற்றில்

பறக்காமல் நீந்திச் செல்வதைப்போலத் தோன்றும்.

கருடன் எத்தனை உயரத்தில் இருந்தாலும் அதன் கண்கள் பூமியில் ஓடும் முயலின் மீதே இருக்கும். பல கிலோமீட்டர் தொலைவு உயரத்தில் இருந்தபோதும் அது தன் இரையைத் தப்பாமல் பார்த்து, அம்புபோலப் பாய்ந்து வந்து கொத்திக்கொண்டு பறக்கும். பார்வைக் கூர்மை, வேகம், குறிதப்பாமல் வேட்டையாடுவது ஆகியவை கருடப்பறவையின் தனித்திறமைகள்.

கருட முத்திரையைச் செய்து வந்தால் புத்தி கூர்மை அடையும், பார்வைக் குறைபாடுகள் நீங்கும், பார்வை கூர்மையாகும். இந்த முத்திரையைச் சாப்பிடுவதற்கு முன்னால் அதாவது வெறும் வயிற்றில் செய்து வந்தால் நல்ல பலன்களை விரைவில் பெறலாம்.

யோகாசனங்கள் தியானம் ஆகியவற்றைச் செய்வதற்கு முன்னால் இந்தக் கருட முத்திரையை நான்கு நிமிடங்கள் செய்தால் யோகாசனத்தின் பலன்களை முழுமையாகப் பெறலாம். தியானம் செய்வதற்கு முன்னால் கருட முத்திரையைச் செய்தால் மனம் எளிதில் ஒருமைப்படும்.

கருட முத்திரையில் கைகளை அசையாமல் வைத்திருப்பது ஒரு நிலை. கருடன் இறக்கைகளை அடித்துக் கொள்வதைப்போல மெதுவாக விரல்களை முன்னும் பின்னுமாக அசைப்பது இரண்டாம் நிலை.

இந்த முத்திரையைத் தொடர்ந்து செய்வதால் உடலின் இரத்த ஓட்டம் அதிகமாகும். நமது உடலில் உள்ள யோகச் சக்கரங்களைத் தூண்டுவதற்கு இந்த முத்திரை பெரிதும் உதவும். கைகளை அடிவயிற்றில் வைத்து கருட முத்திரையைச் செய்து மனத்தை ஒருமுகப்படுத்தினால் இரண்டாவது சக்கரமான சுவாதிஷ்டான சக்கரம் தூண்டப்படுகிறது.

இவ்வாறே நாபிப்பகுதியில் விரல்களை வைத்து கருட முத்திரையைச் செய்து மணிபூரகச் சக்கரத்தை இயங்கச் செய்யலாம்.

மார்புப் பகுதியில் கருட முத்திரையைச் செய்யும் போது அநாகதச் சக்கரம் தூண்டப்பட்டு அதன் பலன்களைப்

பெறலாம். எனவே கருட முத்திரையைச் செய்தால் மூன்று யோகச் சக்கரங்களும் தூண்டப்படுவதோடு, உடலின் சக்தி அதிகமாகிறது.

கருட முத்திரையுடன் கைகளை தொப்புள் பகுதியில் வைத்து பத்து சுவாசங்கள் விடவும். அதன் பிறகு இந்த முத்திரையுடன் கைகளை வயிற்றுப்பகுதிக்கு மேலாக இதயத்திற்குக் கீழாக வைத்து பத்து சுவாசங்களை விடவும். இவ்வாறு தொடர்ந்து செய்து வந்தால் வயிற்றுக்கோளாறுகள், மூச்சுக்குழாய் பிரச்சினைகள், நெஞ்சுவலி ஆகியவை தீரும். பெண்கள் அடிவயிற்றில் கைகளை வைத்து கருட முத்திரையைச் செய்தால் மாதத்தீட்டின்போது ஏற்படும் வலிகள் தீரும்.

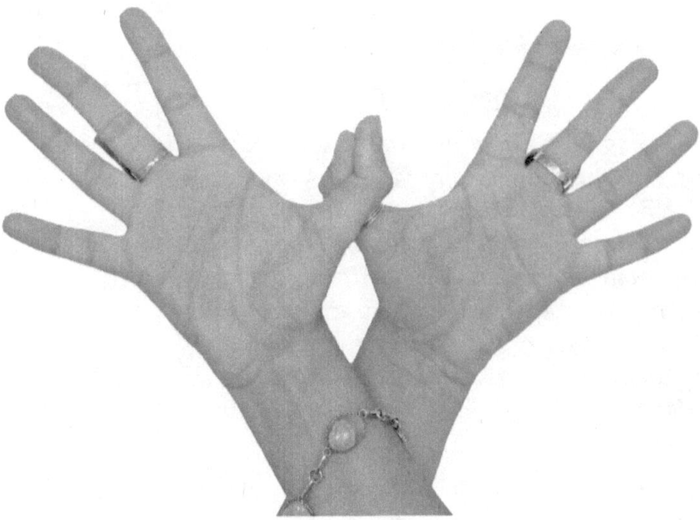

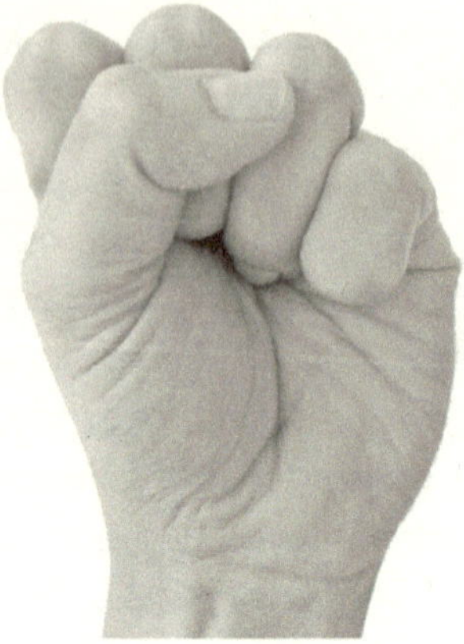

முஷ்டி முத்திரை

44. மனவலிமையை அதிகமாக்கும் முஷ்டி முத்திரை

இந்த முத்திரை மிக மிக எளிமையான முத்திரையாகும். மூர்த்தி சிறிதானாலும் கீர்த்தி பெரிது என்பதைப்போல மிகச் சுலபமாகச் செய்ய முடியும் என்றாலும் இதனால் கிடைக்கும் பயன்கள் அதிகம். பொதுவாகவே முத்திரைகளைச் சரியானபடி, தொடர்ந்து செய்து வருவதன் மூலமாக நாம் வேண்டும் உடல் ஆரோக்கியத்தையும், மனவலிமையையும் பெறலாம்.

கை விரல்களை ஒன்றாக இறுக்கிப் பிணைத்தால் உருவாவது தான் முஷ்டி முத்திரை. இதை இரண்டு கைகளிலும் செய்ய வேண்டும்.

முஷ்டி முத்திரையைப் பொதுவாக நாம் யாரையாவது பயமுறுத்துவதற்கும், ஓங்கி ஒரு குத்து விட்டால் முகம் கிழிந்துபோகும் என்று மிரட்டுவதற்கும்

உபயோகிப்போம்.

பெருவிரல் தவிர மற்றைய நான்கு விரல்களையும் இறுக்கமாக உள்ளங்கையில் படியுமாறு வைத்து அழுத்திக் கொள்ளுங்கள். பெருவிரலை மடித்து மோதிரவிரலின் மேல் அழுத்திப் பிடித்துக் கொள்ளுங்கள். விரல்கள் எல்லாம் அழுத்தமாக இருக்க வேண்டும் என்பது சொல்லாமலே விளங்கும். இந்த முத்திரையை இரண்டு கைகளினாலும் செய்யவும்.

பொதுவாக நாம் முஷ்டியை மடக்கிக் கொண்டு மற்றவர்களிடம் கோபத்தை வெளிப்படுத்தும் போது மூச்சை இழுத்துப் பிடித்துக் கொள்வோம். இதற்கு கும்பகம் என்று பெயர். ஆனால் முஷ்டி முத்திரை செய்யும்போது மூச்சை இழுத்துப் பிடிக்கக்கூடாது. சாதாரணமாக மூச்சுவிட்டபடியே இந்த முத்திரையைப் பயிற்சி செய்ய வேண்டும்.

கோபத்தின் போது மட்டுமே முஷ்டியை மடக்கும் பழக்கத்தின் காரணமாக சிலருக்கு இந்த முத்திரையைச் செய்யும்போது ஆத்திரமும், கோபமும், வன்முறை எண்ணங்களும் தோன்றும். அப்போது சிறிது நேரத்திற்குப் பயிற்சியை நிறுத்தி விடுங்கள். பிறகு மனம் அமைதியான உடன் பயிற்சியைத் தொடர்ந்து செய்யுங்கள்.

இந்த முத்திரையைத் தொடர்ந்து செய்து வந்தால் நமது மனத்தின் அடியாழத்தில் புதைந்து கிடக்கும் வன்முறை எண்ணங்கள், போட்டி, பொறாமை, ஆணவம், ஒழுக்கமின்மை ஆகிய கெட்ட குணங்கள் படிப்படியாகக் கரைந்து காணாமல் போய்விடும். மிருக உணர்ச்சி குறைந்து மனித குணங்கள் தலைதூக்கும். கோபத்தையும் வன்முறையையும் நமது மனத்தில் இருந்து முற்றிலுமாகத் துடைத்தெறிவதற்கு இந்த முத்திரை பெரிதும் உதவும்.

முஷ்டி முத்திரை செய்யும்போது கைவிரல்களில் மட்டும் தான் அழுத்தமும், இறுக்கமும் இருக்க வேண்டும். கைகள், கழுத்து, உடல் ஆகியவற்றில் இறுக்கம் இல்லாமல் தளர்வாக வைத்துக்கொள்ள வேண்டும். சுவாசம் சீராகவும், நிதானமாகவும் இருக்குமாறு பார்த்துக் கொள்ளுங்கள்.

ஒரு நாளில் மூன்று முறை ஒவ்வொரு தடவையும் பதினைந்து நிமிடங்களுக்கு இந்த முத்திரையைச் செய்து பழகலாம். இந்தப் பயிற்சியினால் பசி அதிகரிக்கும், கோபதாபங்கள் குறையும், மலச்சிக்கல் அகலும், தன்னம்பிக்கையும் துணிவும் அதிகமாகும்.

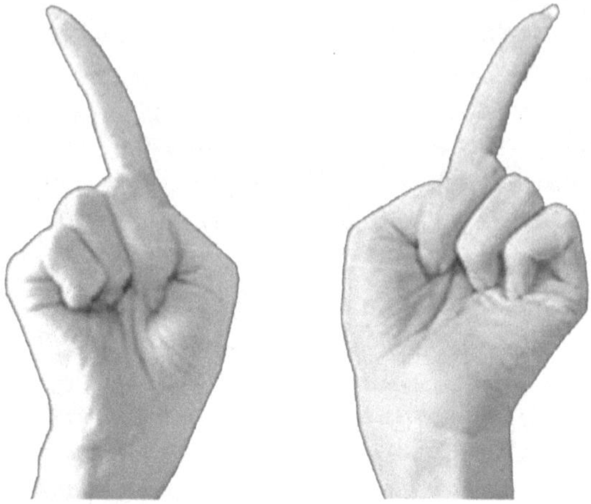

45. மலச்சிக்கலைப் போக்கும் சூஜி முத்திரை

இந்த முத்திரை மலச்சிக்கலால் அவதிப்படும் மக்களுக்கு கைகண்ட நிவாரணமாக இருக்கும்.

இரண்டு கை விரல்களையும் நன்றாக மடக்கி முஷ்டியை நெஞ்சுக்கு நேரே வைத்துக் கொள்ளவும். சுவாசத்தை இப்போது உள்ளே இழுக்கவும். உள்ளே இழுக்கின்ற போது வலதுகையின் ஆள்காட்டி விரலை நேராக மேல் நோக்கி நிமிர்த்தவும். அதே சமயம் இடது கையை இடது பக்கமாக நேரே நீட்டிக்கொள்ளவும். பிறகு சுவாசத்தை ஆறு எண்ணும் வரையில் நிறுத்தவும். பிறகு சுவாசத்தை வெளியேற்ற வேண்டும். அப்போது கையை மார்புக்கு முன்னால் பழைய நிலைக்கு கொண்டு வரவும்.

இவ்வாறு ஆறுமுறை இரண்டு

கைகளுக்கும் செய்ய வேண்டும்.

இந்த முத்திரை உடலில் உள்ள கழிவுகளை வெளியேற்றுவதில் முக்கியப் பங்கு வகிக்கிறது. நாம் சாப்பிட்டதெல்லாம் உடலுக்குள்ளேயே தங்கிவிட்டால் என்ன ஆகும்? உடல் நாற்றம் அடித்துப் போகும். நோய்கள் தங்கும் கூடாரமாக நமது உடல் ஆகிவிடும். ஆகவே கழிவுப்பொருட்கள் அவ்வப்போது முழுவதுமாக வெளியேற வேண்டும். அதற்கு இந்த சுஜி முத்திரை பெரிதும் உதவுகிறது.

உடலில் உள்ள கழிவுப்பொருட்கள் வெளியேறுவது எத்தனை முக்கியமோ அதுபோலவே மனத்தில் உள்ள வேண்டாத எண்ணங்கள், பொறாமை, கோபம், குள்ளநரித்தனம் போன்ற கெட்ட குணங்களும் வெளியேறுவது மிகவும் அவசியம்.

அமைதியான நிம்மதியான வாழ்க்கைக்கு மனத்தின் கழிவுகள் வெளியேறுவது மிகவும் அவசியமானது. அதற்கும் இந்த முத்திரை பெரிதும் உதவுகிறது. நமது மனத்தில் நிறைந்திருக்கும் தேவையற்ற எண்ணங்கள், அச்சம், சந்தேகம், குழப்பம், பொறாமை போன்றவற்றை அவ்வப்போது வெளியேற்றுவதற்கு இந்த முத்திரையைத் தொடர்ந்து தினமும் பயிற்சி செய்ய வேண்டும்.

இந்த முத்திரையைத் தினமும் நான்குமுறை செய்யலாம். கடுமையான மலச்சிக்கலினால் அவதிப்படுபவர்கள் இந்த முத்திரையை ஐந்து முதல் பத்து நிமிடங்கள் வரையில் செய்ய வேண்டும். பிரயாண காலத்தில் கூட இந்த முத்திரையைத் தொடர்ந்து செய்தால் உடல் கழிவுகள் நீங்கும், உடல் சோம்பேறித்தனம் விலகும், உற்சாகம் பிறக்கும்.

சுஜி முத்திரையோடு நாம் மேலே பார்த்த முஷ்டி முத்திரையைச் சேர்த்து செய்தால் விரைவாகப் பலன்களைப் பெறலாம்.

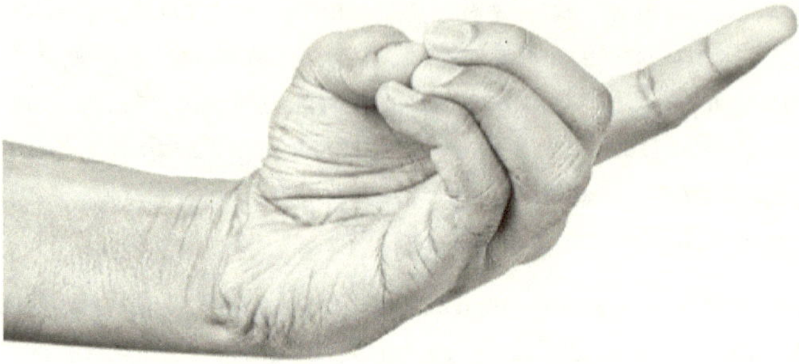

46. உற்சாகம் தரும் வஜ்ர முத்திரை

வஜ்ரம் என்ற வார்த்தைக்கு மிக மிக உறுதியானது என்று பொருள். இந்திரனுடைய கையில் வைத்திருக்கும் ஆயுதம் வஜ்ராயுதம். இது ததீசி என்ற முனிவரின் முதுகுத்தண்டில் இருந்து செய்யப்பட்டது. மனிதனுக்கு வஜ்ரம் போல எலும்புகள் இருக்குமானால் உற்சாகத்துக்குக் குறைவே இல்லை.

வாழ்வில் எது குறைவாக இருந்தாலும் சமாளித்துக் கொள்ளலாம். ஆனால் உற்சாகம் குறைந்து விட்டால் வாழ்க்கையின் சுவை போய்விடும். அலுப்பும் சலிப்பும் ஆட்கொண்டு விடும்.

சிலரைப் பார்த்து எப்படி இருக்கீங்க? என்று விசாரித்தால், ஏதோ ஓட்டிக்கிட்டு இருக்கேன் என்று சலிப்பாகச் சொல்வார்கள்.

எந்த வேலையைச் செய்ய ஆரம்பிச்சாலும் முடிய மாட்டேங்குது, ஒரே பிரச்சினை, டென்ஷன் என்று இன்னும் சிலர் அலுத்துக் கொள்வார்கள்.

இப்படிப்பட்டவர்களுக்கு மனத்தில் உற்சாகத்தைத் தந்து, உடலில் புது இரத்தம் பாய வைக்கும் ஆற்றல் மிகுந்த முத்திரை இது.

நடுவிரல், மோதிரவிரல், சுண்டுவிரல் மூன்றையும் இணைத்துக் கொள்ளவும். இப்போது நடுவிரல் நகத்தின் பக்கவாட்டில் கட்டைவிரலின் முனைப்பகுதி தொட்டுக் கொண்டு இருக்குமாறு படத்தில் காட்டியபடி வைத்துக் கொள்ளவும். ஆள்காட்டி விரலைத் தளர்வாக நீட்டி வைக்கவும். இரண்டு கைகளிலும் இந்த முத்திரையைச் செய்ய வேண்டும்.

வஜ்ர முத்திரை ரத்த ஓட்டத்தைச் சீர் செய்கிறது, கைகால்களில் தோன்றும் தளர்ச்சியைப் போக்குகிறது.

குறைந்த இரத்த அழுத்தம் உள்ளவர்கள் இந்த முத்திரையைச் சரியாகச் செய்து வருவதன் மூலமாக அந்த நோயைச் சரி செய்யலாம். ரத்த ஓட்டத்தின் குறைவால் வயிறு, மண்ணீரல், பான்கிரியஸ் ஆகியவற்றில் ஏற்படும் நோய் பாதிப்புக்களை இந்த வஜ்ர முத்திரையைச் செய்வதன் மூலமாகச் சரி செய்து கொள்ளலாம். மேலும் பலவிதமான நோய்கள் வராமல் தடுக்கவும் செய்யலாம்.

மேலும் இந்த முத்திரையின் முழுப்பலனையும் பெறுவதற்கு மூக்கின் அடிப்பகுதியை மசாஜ் செய்தும், நெற்றியை நன்றாக அழுத்திவிட்டும், கழுத்தின் பின்பக்கத்தை நன்றாக அழுத்திப் பிடித்தும் சிறிது நேரம் மசாஜ் செய்ய வேண்டும். இப்படிச் செய்வதால் உடலின் இரத்த ஓட்டம் அதிகமாகும். ஆகவே உடலும் மனமும் உற்சாகமாகச் செயல்படும்.

வஜ்ர முத்திரையினால் ஏற்படும் நல்ல விளைவுகள்

卐 உடல் உள் உறுப்புகளான வயிறு, மண்ணீரல், கணையம் அதிக சக்தி பெறுகிறது.

卐 உடலில் இரத்த ஓட்டத்தை அதிகரிக்கிறது.

- இதயத்திற்கு அதிக இரத்த ஓட்டம் செலுத்தப்படுவதால் இதயத்திற்கு அதிக சக்தி கிடைக்கிறது.
- வயிற்றுக் கோளாறுகள் நீங்கும்.
- குறைந்த இரத்த அழுத்த நோய் உள்ளவர்கள் இந்த முத்திரையை பயிற்சி செய்தால் நோய் குணமாகும்.
- மன அமைதி உண்டாகும்.
- தலைச்சுற்றல் மற்றும் மயக்கம் குணமாகும்.
- தீய பழக்கங்கள் அதாவது புகை பிடித்தல், மது பழக்கம், புகையிலை உபயோகித்தல் நாளடைவில் படிப்படியாகக் குறைந்து அதிலிருந்து விடுபடுவார்கள்.
- இரத்த ஓட்டம் நன்றாக இருப்பதால் உடல் உறுப்புகள் செயல்பாடுகள் நன்றாகச் செயல்பட்டு நோய் எதிர்ப்பு சக்தி கிடைக்கும்.
- மன அழுத்தம் குறையும்.
- அதிக இரத்த அழுத்தம் உள்ளவர்கள் இந்த முத்திரையைப் பயிற்சி செய்யக்கூடாது.

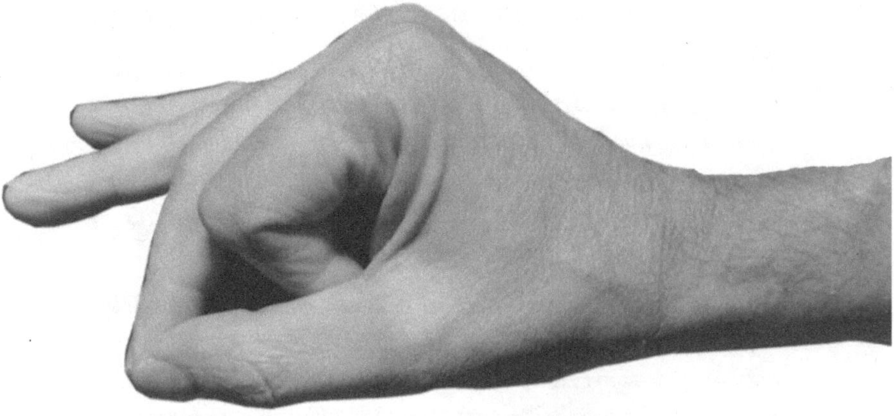

47. அலர்ஜியைக் கட்டுப்படுத்தும் பிரம்மரா முத்திரை

நவநாகரீகமான தற்காலத்தில் ஒவ்வொருவரும் ஏதோ ஒரு வகையில் ஒவ்வாமை நோய்க்கு ஆளாகி தொல்லைகள் அனுபவிக்கிறோம்.

என்ன சாப்பிட்டேன் என்று தெரியலே, உடம்புல ஒரே நமைச்சல் என்பார் ஒருவர்.

வெளிநாட்டு சென்டுன்னு அக்கா கொடுத்தாள், அதை போட்டேன், அடுத்த நொடியிலே இருந்து அடுக்குத் தும்மல். பதினைஞ்சி, இருபது முறை தும்மி இருப்பேன். மூக்கிலே இருந்து தண்ணியா கொட்டுது என்பாள் ஒரு இளம் பெண்.

இவைகள் நமது உடலில் வந்து சேர்ந்த அழையாத விருந்தாளிகள்.

இவர்களது வருகையை நமது உடல் விரும்பவில்லை, அல்லது ஏற்றுக் கொள்ளவில்லை என்பதன் அறிகுறியே நமைச்சலும், தும்மலும்.

இது போன்ற அறிகுறிகளோடு தோன்றும் ஒவ்வாமையைக் கட்டுப்படுத்த கணக்கில்லாத மருந்துகள் தற்போது புழக்கத்தில் உள்ளன. அந்த மருந்துகளில் பயன் இல்லாமல் எளிய முறையில், இயற்கை வழியில் குணப்படுத்தும் முத்திரை தான் பிரம்மரா முத்திரை.

ஆள்காட்டி விரலை மடக்கி கட்டைவிரலின் கீழே வைத்துக்கொள்ளவும். கட்டைவிரலின் முனைப்பகுதியை நடுவிரல் நகத்தின் பக்கவாட்டில் தொட்டுக் கொண்டு இருக்கும்படியாக வைத்துக் கொள்ளவேண்டும்.மோதிரவிரலையும், சுண்டு விரலையும் இறுக்கமாக இல்லாமல் தளர்வாக வைத்து நீட்டிக் கொள்ளவும்.

பிரம்மரி என்றால் தேனி என்று பொருள். இந்த முத்திரை தேனியைப் போல சுறுசுறுப்பைத் தருகிறது. மேலும் ஒவ்வாமை என்னும் அலர்ஜியை இந்த முத்திரை குணமாக்குகிறது.

வண்டுகள், பூச்சிகள் ஆகியவை நம்மைக் கடித்தால் உடலில் அரிப்பு, தடிப்பு ஆகியவை தோன்றுகிறது. இந்த முத்திரையைச் செய்தால் அவைகள் நீங்கும்.

நமது உடலில் நோய் எதிர்ப்பு சக்தி குறையும் போது நோய்க்கிருமிகள் உடலைத் தாக்கி நோய்களை ஏற்படுத்துகின்றன. சிறுகுடலில் ஏற்படும் கோளாறுகளினாலும், செரிமானம் சரியாக ஆகாது போனாலும், அலர்ஜி ஏற்படும். சிலருக்கு புதியதாக உபயோகிக்கும் சோப்பு, பவுடர், கண் மை, உதட்டுச் சாயம், தலைச்சாயங்கள், செயற்கை உடைகள் ஆகியவற்றினாலும், தும்பு, தூசி, ஒட்டடை போன்றவற்றினாலும் தோலில் அரிப்பு, மூக்கில் தண்ணீர் கொட்டுதல், கண்சிவத்தல், தும்மல், ஆகியவை தோன்றும். இவை ஒவ்வாமை எனப்படும்.

தூசியினால் ஏற்படும் அலர்ஜி மூச்சுவிடுவதை கஷ்டமாக்குகிறது, சுவாசக் குழாய்களைப் பாதிக்கிறது அல்லது அடைப்பை ஏற்படுத்துகிறது. இதனால் மூச்சுத்திணறல், நெஞ்சில்

கபம்கட்டுதல், சைனஸ் தொந்தரவு, போன்றவை மனிதர்களைத் தாக்கி அலைகழிக்கின்றன. தோலில் ஏற்படும் அலர்ஜி சரும நோய்களையும், கொப்புளங்களையும் உண்டாக்குகிறது.

இதுபோன்ற நோய்களைக் குணமாக்க நமக்கு பிரம்மரா முத்திரை கை கொடுக்கிறது. இந்த முத்திரையைத் தினமும் ஏழு நிமிடங்கள், நான்கு முறை செய்து வருவது நல்ல பலனைத் தரும்.

இந்த முத்திரையை நோய் நீக்கும் பொருட்டு செய்யும் போது, குளிர்ச்சியான பொருட்களை சாப்பிடுவதைத் தவிர்க்க வேண்டும். குளிர்ச்சியான தண்ணீரில் குளிக்கக்கூடாது. ஐஸ்கிரீம், பூசணிக்காய், தர்பூசணி மற்ற குளிர்ச்சி தரும் உணவுகள், தயிர், மோர் ஆகியவற்றையும் விலக்கவேண்டும். அதிகத் தூசியும், புழுதியும் உள்ள இடங்களில் இருக்கக்கூடாது. யோகா மற்றும் தியானத்துடன் இந்த முத்திரையைச் செய்ய நல்ல பலன்களை விரைவாகப் பெறலாம்.

48. யாமிருக்கப் பயமேன் என்னும் அபய முத்திரை

தனியாக இருக்கும் குழந்தை பயத்தில் அழுகிறது. தாயின் மடியில், அவளது அரவணைப்பில் படுத்திருக்கும் குழந்தை பயமில்லாமல் பொக்கைவாயைக் காட்டி சிரிக்கிறது. அந்தக் குழந்தை தானும் மகிழ்ச்சியாக இருப்பதோடு தன்னைச் சுற்றி இருப்பவர்களையும் சந்தோஷக்கடலில் மிதக்க விடுகிறது. இதற்குக் காரணம் என்ன? தன்னைப் பாதுகாக்க தாய் இருக்கிறாள் என்பது தானே?

என் செல்லமே! உனக்கு எந்தப் பயமும் வேண்டாம்; அம்மா இருக்கிறேன் பார்த்துக் கொள்கிறேன் என்கிறாள் தாய். அந்த நம்பிக்கை, ஆதரவு, குழந்தைக்கு அச்சத்தைப் போக்கி, ஆனந்தத்தைத் தருகிறது.

நெருக்கடியான நேரங்களில் என்ன

ஆனாலும் நான் பார்த்துக் கொள்கிறேன் கவலைப்படாதீர்கள், என்று சொல்லி நமது நண்பர் துணையிருக்கும் சமயத்தில் நமக்குள்ளும் சந்தோஷம் பெருகும். நமது துன்பங்களை மற்றவர்களுடன் பகிர்ந்து கொள்ளும் போது அது வெகுவாகக் குறையும்.

இந்த வகையில் நமக்கு அச்சத்தைப் போக்கி, தைரியத்தை வரவழைக்கும் ஆற்றல் மிகுந்த முத்திரை இது.

பத்மாசனத்தில் அமர்ந்து, வலது கையை நெஞ்சுக்கு அருகே உயர்த்திக் கொண்டு, உள்ளங்கை வெளியே தெரியுமாறு வைத்துக் கொள்ளவும். இடது கையை இடது தொடையின் மீது வைத்துக் கொள்ளவும்.

ஞானிகள், மகான்கள், குருமார்கள் ஆகியோர் தங்கள் சீடர்களை, பக்தர்களை, இந்த அபய முத்திரையில் ஆசி கூறுவதைப் பார்த்திருப்பீர்கள். நான் இருக்கிறேன், எதற்கும் பயப்படாதே என்று அதற்குப் பொருள்.

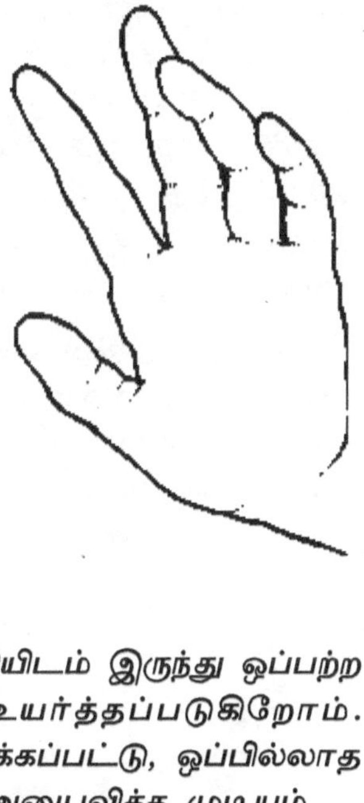

முருகப் பெருமான் யாமிருக்கப் பயமேன் என்று சொல்வது அபய முத்திரையோடுதான். இது பக்தர்களுக்கு நம்பிக்கையைத் தருகிறது, பயத்தைப் போக்குகிறது. அடைக்கலம் தருகிறது.

என் பாதங்களைச் சரண் அடைந்தவர்களையும், என்னை அண்டி வந்தவர்களையும் நான் கைவிடமாட்டேன், நிச்சயமாகக் காப்பாற்றுவேன் என்று சொல்வதாக ஒரு நம்பிக்கையை ஏற்படுத்துகிறது.

அபய முத்திரையைத் தொடர்ந்து பயிற்சி செய்யும் போது பிரபஞ்ச சக்தியிடம் இருந்து ஒப்பற்ற ஆசிகள் பெறும் நிலைக்கு நாம் உயர்த்தப்படுகிறோம். எல்லாப் பயங்களில் இருந்தும் விடுவிக்கப்பட்டு, ஒப்பில்லாத விடுதலையின் ஆனந்தத்தை நம்மால் அனுபவிக்க முடியும்.

மேலும் அபய முத்திரையைப் பயிற்சி செய்பவர் நாளுக்கு நாள் தன்னுடைய தன்னம்பிக்கை வளர்வதைக் காணலாம். அவரை விட்டு எரிச்சலும், அச்சமும் விலகிப்போகும். அவருடைய அபாரமான துணிவும், எதையும் எதிர்நோக்கி வெற்றிகொள்ளும் தன்னம்பிக்கையும் அதிகமாகும்.

இந்த முத்திரை பயிற்சி செய்பவருக்கு மட்டும் அல்லாமல் அவரைச் சுற்றி இருப்பவர்களிடமும் பயத்தைப் போக்கும், தன்னம்பிக்கையை வளர்க்கும்.

அபய முத்திரையை நின்று கொண்டே கூட நீங்கள் பயிற்சி செய்யலாம். ஒரே ஒரு நிபந்தனை என்னவென்றால், இரண்டு கைகளும் முகத்திற்கு இணையாக இருக்குமாறு வைத்துக் கொள்ளவேண்டும் அவ்வளவுதான்.

அபய முத்திரையைத் தொடர்ந்து பயிற்சி செய்து வரும்போது, மனத்தில் துணிவு உண்டாகும். எந்தப் பிரச்சினை வந்தாலும் அதைத் திறமையாகச் சமாளிக்கும் வழிகள் தெரியும். தன்னைச் சுற்றி எத்தனை பயங்கரமான விபத்து ஏற்பட்ட போதிலும் அதனால் நிலைகலங்காமல், உள்ளமும் உடலும் நடுங்காமல் அந்தச் சூழ்நிலையை எதிர்கொள்ளும் அமைதியும், துணிவும் ஏற்படும். எழுத்தாளர்கள் இந்த அபய முத்திரையைத் தொடர்ந்து பயிற்சி செய்து வந்தால் அவர்களுடைய தனித்தன்மை பிரகாசிக்கும், எழுத்தில் தன்னம்பிக்கையும், புதிய சிந்தனைகளும் துளிர்விடும்.

இந்த முத்திரையைத் தினமும் பத்து நிமிடங்கள் செய்து வந்தால் மன அமைதி ஏற்படும். நமக்கு யாருமே இல்லை என்ற தனிமை உணர்வு தோன்றாது. இந்த உலகமே நம்முடையது, அனைவரும் நமது சுற்றம், அவர்களுக்காக நாம் வாழ வேண்டும் என்ற உயர்வான சிந்தனை உருவாகும்.

49. மன அமைதிக்கு வரத முத்திரை

தற்காலத்தில் வசதி வாய்ப்புக்கள் பெருகிவிட்டன. ஆசைப்பட்டதை அடைவதற்குத் தேவையான பணவசதியும் இருக்கிறது. இருந்தாலும் உள்ளம் எதையோ நினைத்து ஏங்குகிறது. எத்தனை கிடைத்தாலும் நிம்மதி இல்லாமல் தவிக்கிறது. அப்படிப்பட்டவர்களுக்கு உதவும் முத்திரைதான் இது.

இடது கையை கீழே நோக்கி, உள்ளங்கை வெளிப்புறம் பார்த்து இருக்கும்படியாக வைத்துக் கொள்ளுங்கள். வலது கையை வலது தொடையின் மீது வைத்துக்கொள்ளுங்கள். மடியின் மீதும் வைத்துக் கொள்ளலாம்.

வரத முத்திரை மன்னிப்பையும், கருணையையும் குறிக்கிறது. ஒருவருக்கு

மற்றொருவர் வரத முத்திரையைக் கொடுத்தால் அவரை மன்னிக்கிறேன் என்று பொருள். உன்னைக் காப்பாற்றுவேன் உனக்கு வேண்டிய வரங்களைத் தருவேன் என்றும் அதற்கு அர்த்தம் உண்டு.

நீங்கள் மற்றவர்களை மன்னித்து அருள் செய்தால் இறைவன் உங்களைத் தனது ஆசீர்வாதத்தினால் நிரப்பி அஷ்ட ஐஸ்வர்யங்களையும் அருள்வான் என்பது முன்னோர் வாக்கு. ஒருவர் செய்த தவறை மறத்தலும் மன்னித்தலும் மனிதனை மாமனிதனாக உயர்த்தும் குணமாகும். ஒருவிதத்தில் நம்மை நாமே மன்னித்துக்கொள்வதைப் போன்ற செயலே அது.

இந்த வரத முத்திரையை நமது கடவுள்களின் திருமேனியில் வரத ஹஸ்தம் என்ற பெயரில் இருப்பதை கோயில்களில் பார்க்கலாம். திருவேங்கடமலை மீது எழுந்தருளி இருக்கும் ஸ்ரீநிவாசப் பெருமான் தனது ஒரு வலது கையினால் வரத முத்திரையைக் காட்டுகிறார். உனது ஆசைகளை விட்டு எனது பாதங்களில் சரண் அடை, நான் அப்போது உனது பாவங்களைப் போக்கி வைகுந்தம் அளிக்கிறேன் என்று சொல்லாமல் சொல்லிக் கொண்டிருக்கிறார்.

இந்த வகையில் அன்பெனும் பிடிக்குள் அகப்படும் மலை போன்றவனான இறைவன் நாம் அன்றாடம் செய்யும் பாவங்களை மன்னித்து நமக்கு அருளாசி வழங்குவதை அவன் கையில் இருக்கும் வரதமுத்திரை தெரிவிக்கிறது. இது அன்பைத் தந்து, ஆதரவு கொடுப்பதை வெளிப்படுத்தும் அருமையான முத்திரையாகும்.

வரத முத்திரையில் இருந்து கொண்டு சுவாசத்தை ஆழ்ந்து உள்ளிழுத்து வெளியே விடவும். தினமும் காலையும் மாலையும் பத்து நிமிடங்கள் செய்து வரவும். நாம் ஒருவர் நமக்குச் செய்த துரோகத்தைப் பொறுத்துக்கொண்டு அவரை மன்னிக்கும் போது வரத முத்திரையை வழங்குவோம். இந்த முத்திரையைச் செய்யும்போது அது மன்னிக்கும் மனோபாவத்தை வளர்த்து, பழிவாங்கும் உணர்ச்சியை அழிக்கிறது. நமது மனதை அமைதியாக வைத்திருக்க உதவுகிறது.

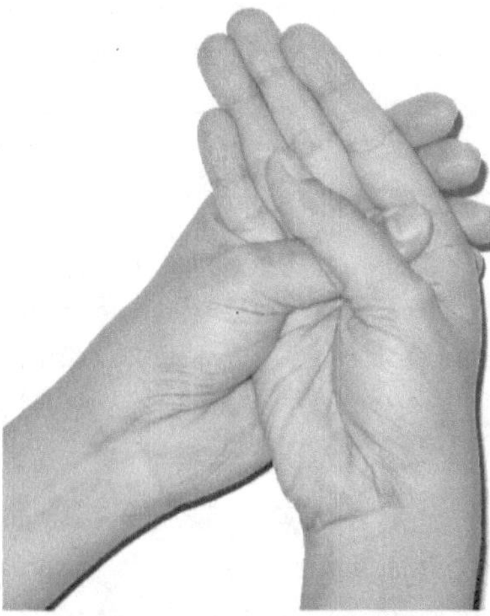

50. டென்ஷனைக் குறைக்கும் நாக முத்திரை

உலக நாகரிகங்களின் வழிபாட்டு முறைகளில் நாகத்திற்கு மிகச் சிறந்த உன்னதமான இடம் கொடுக்கப்பட்டிருக்கிறது. பாம்பு என்றாலே கவர்ச்சி, பயம், மரணம், மீண்டும் புதுப்பித்துக்கொள்ளும் அற்புத ஆற்றல் போன்றவற்றின் காரணமாக பாம்பு வணங்கப்படுகிறது. ஒன்றோடு ஒன்று பின்னிக் கொண்டிருக்கும் பாம்புகளின் குறியீடு எகிப்திய பிரமிடுகளில் காணப்படுகிறது. இது ஆண்பெண் சேர்க்கை, மந்திரம், அமானுஷ்யம் போன்ற பலவகைப்பாடுகளின் குறியீடாக எகிப்திய மன்னர்களாலும், மந்திரவாதிகளாலும் பயன்படுத்தப்பட்டது.

யோகக் கலையில் மூலாதாரத்தில் சுருண்டு படுத்திருக்கும் குண்டலினி சக்தியானவள் பாம்பு வடிவத்திலே வழிபடப்படுகிறாள். அமானுஷ்யமான

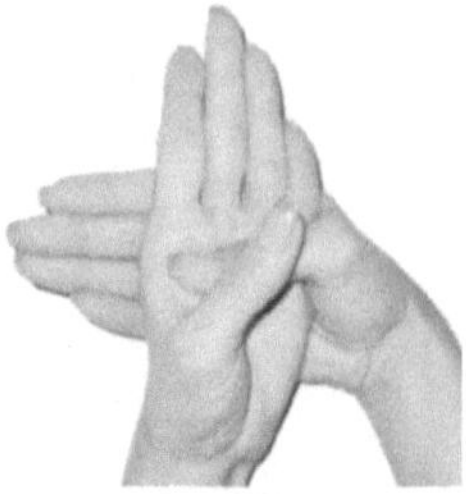

ஆற்றல், அதிசய சித்திகள், மறுபிறவி ரகசியங்கள், மரணத்தின் மறுபக்கம் போன்றவற்றை அறிவதற்கு யோக குண்டலினி தேவி உதவுவதாக யோக சாஸ்திரங்கள் தெரிவிக்கின்றன.

நாக முத்திரை இந்த வகையில் எதிர்காலத்தை அறிவதற்கும், ஆன்மீக ரகசியங்களை அறிந்து கொள்வதற்கும், உதவுகிறது. மேலும் அது அறிவு வெளிச்சத்தைத் தருகிறது, ஆன்மிக பலத்தை அதிகரிக்கிறது.

நாக முத்திரையைச் செய்வது எப்படி என்று தெரிந்து கொள்வோம். வலது கையின் மேல் இடது கையை குறுக்காக வைத்துக் கட்டை விரலை ஒன்றின் மீது ஒன்றாக வைத்துக்கொள்ளவும். இப்போது கைகளை மார்பின் நேராக வரும்படியாக வைக்கவும். இது தான் நாக முத்திரை. சுவாசத்தை உள்ளே இழுக்கும் போது கையில் வெதுவெதுப்பை உணரவும், ஆத்ம சக்திகள் கொழுந்து விட்டு எரிவதாக பாவனை செய்யவும்.

மூச்சை வெளியே விடும் சமயத்தில் உங்கள் மனத்தில் இருக்கும் ஆசை, கோபம், டென்ஷன் மற்றும் பயங்கள் ஆகியவை புற்றில் இருந்து பாம்பைப்போல சரசரவென்று வெளியே கிளம்பிப் போவதாகப் பாவனை செய்யுங்கள்.

இந்த முத்திரையைச் செய்வதால் நல்ல நினைவாற்றல் பெருகும். கோபம் குறையும், எதற்கெடுத்தாலும் சிலர் பயப்படுவார்கள். இந்தப் பய உணர்ச்சி மறையும். அடிக்கடி எல்லாவற்றின் மீது வெறுப்பும், குறைபாடும் தோன்றி சிலருடைய வாழ்க்கையை இருளாக்கிவிடும். அப்படிப்பட்டவர்கள் இந்த நாக முத்திரையைச் செய்து வந்தால் அவர்களுக்கு வாழ்க்கையில் பிடிப்பும், உற்சாகமும் ஏற்படும். தன்னம்பிக்கை அதிகமாகி எதிர்மறை குணங்கள் நீங்கும். கற்பனைத் திறன் வளரும். இந்த முத்திரையை 5 முதல் 15 நிமிடம் வரை பழகி வரவேண்டும். அப்படிச் செய்து வந்தால் நல்ல பலன்களைப் பெறலாம்.

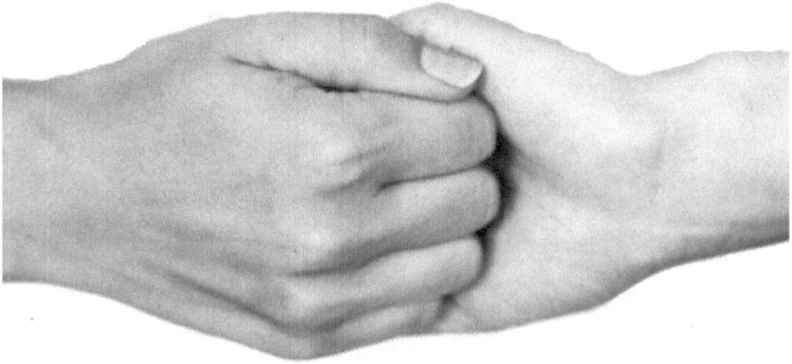

51. இதயத்திற்குப் பலம் தரும் கணேச முத்திரை

இரண்டு கைகளையும் இணைத்துச் செய்யப்படும் முத்திரை இது. விநாயகக் கடவுள் தடைகளை நீக்குவதில் சமர்த்தர். எடுத்த காரியத்தில் உள்ள விக்னங்களை அதாவது குறைகளைக் களைவதில் வல்லவர். இந்த முத்திரையும் நமக்கு ஏற்படும் பலவகையான துன்பங்களையும், தொல்லைகளையும், தடங்கல்களையும் நீக்குவதால் வினை நீக்கும் விநாயகர் பெயரால் இது கணேச முத்திரை என்ற பெயரைப் பெற்றுள்ளது.

பத்மாசனத்தில் அமர்ந்து கொள்ளுங்கள்.

முட்டிகளை மடக்கி இரண்டு கைகளையும் நெஞ்சுக்கு நேராகக் கொண்டு வரவும்.

இடது உள்ளங்கை வெளிப்புறம் நோக்கி இருக்கட்டும்.

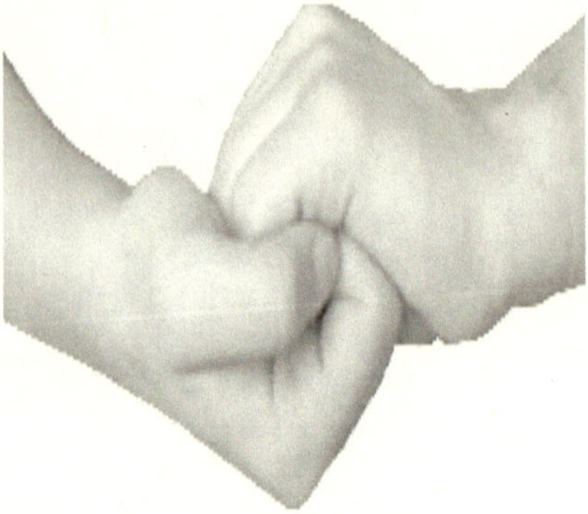

வலது உள்ளங்கையை உட்புறம் நோக்கி இருக்கும் படியாகக் கொண்டு வரவும்.

வலது கை விரல் களினால் இடது கை விரல்களைக் கொக்கி போலப் பிடித்துக்கொள்ளுங்கள்.

மூச்சினை முழுவதுமாக வெளியே விட்டபடி இரண்டு கைவிரல்களையும் இழுப்பதைப் போல இறுக்கவும்.

கைகள் நெஞ்சுக்கு நேராக இருக்கட்டும்.

தோள்களிலும், மார்பிலும் தசைகளினால் ஏற்படும் இறுக்கத்தை உணரவும்.

இவ்வாறே மூச்சைப் பிடித்தபடி மேலும் சிறிது நேரம் இறுக்கத்தைக் கொடுத்து அதை உணரவும்.

இப்போது மூச்சை உள்ளே இழுத்தபடியே இறுக்கத்தைத் தளர்த்தவும், இயல்பு நிலைக்கு வரவும்.

மறுபடியும் மூச்சை வெளியே விடும்போது விரல்களை இறுக்கி இழுப்பதைப்போலச் செய்யுங்கள்.

இவ்வாறே தொடர்ந்து ஆறு முறை செய்யவும்.

சில நிமிடம் ஓய்வு எடுத்துக் கொண்டு கைகளை மாற்றிக் கொண்டு இதே பயிற்சியை ஒருமுகப்பட்ட மனத்தோடு செய்யவும்.

இப்போது உங்கள் வலது உள்ளங்கை வெளிப்புறமாகவும், இடது உள்ளங்கை உட்புறமாகவும் இருக்குமாறு வைத்துக் கொள்ளுங்கள்

இப்படி ஆறு முறை செய்த பிறகு சவாசனத்தில் நன்றாகக் கால்களை நீட்டிப் படுத்து ஓய்வெடுக்கவும்.

கணேச முத்திரை

கணேச முத்திரையை உட்கார்ந்து செய்வதை விட நின்று கொண்டு செய்வது நல்ல பலன்களை ஏற்படுத்தும். கழுத்து, முதுகந்தண்டு ஆகியவை ஒரே நேர்க்கோட்டில் இருக்குமாறு பார்த்துக் கொள்ளவும்.

கணேச முத்திரையைச் செய்வதால் இதயத் தசைகள் வலுப்பெறும்.

மார்புத் தசைகள், தோள்பட்டை, கைகளின் தசைகள் வலுவடையும்.

ஆஸ்துமா தொந்தரவுகள் நீங்கும்.

இதயநோய்கள் வராமல் தடுக்க இந்த முத்திரை பெரிதும் உதவும்.

மார்புக்கூட்டிலும், தோள்பட்டைகளிலும் ஏற்பட்ட தேவையில்லாத இறுக்கத்தை நீக்குவதற்கு இந்த முத்திரை உதவுகிறது.

மன இறுக்கம் நீங்குவதோடு மற்றவர்களுடன் சிரித்த முகத்துடன் பழகும் குணம் ஏற்படும்.

கணேச முத்திரையைப் பயிற்சி செய்வதால் தாழ்வு மனப்பான்மை நீங்கும்.

கூச்ச சுபாவம் விலகும்.

யானை பலம் வந்ததைப்போல தன்னம்பிக்கை அதிகமாகும்.

கணேச முத்திரையை யோக சக்கரங்களில் அநாகத சக்கரத்தை தூண்டும் ஆற்றல் பெற்றது.

ரத்தக்கொதிப்பைக் குறைத்து, மன அமைதியைத் தரும்.

52. ஆத்மாஞ்சலி முத்திரை

அஞ்சலி முத்திரை என்பது பொதுவாகவே யோகாசனங்களின் போது பயன்படுத்தப்படுகிறது. அஞ்சலி என்ற வார்த்தைக்கு கொடுப்பதற்கு என்பது பொருள். நான் என் வணக்கத்தைக் கொடுக்கிறேன் என்பதே அஞ்சலி முத்திரையின் தனிச்சிறப்பு. இதைப் பொதுவாக ஒரு யோகா வகுப்பு ஆரம்பிக்கும் போதும், முடியும் போதும் செய்வது உண்டு. இதைத் தவிர நாம் வீட்டிற்கு வரும் பெரியவர்களை இரண்டு கைகளையும் கூப்பி வணங்குகிறோம். அதுதான் அஞ்சலி முத்திரை.

இது ஒரு ஆற்றல் மிகுந்த முத்திரை என்பதையும், இதைச் செய்வதால் பல நன்மைகள் ஏற்படும் என்பதையும் அறிந்தே நமது முன்னோர் பெரியவர்களைப் பார்க்கும் போது சிறியவர்கள் இரண்டு கைகளையும் கூப்பி வணங்க

வேண்டும் என்ற முறையை ஏற்படுத்தி இருக்கின்றனர். தற்காலத்தில் இந்தப் பழக்கம் விட்டுப்போய் பெரியவர்களைப் பார்த்ததும், இளையவர்கள் ஹாய் மாமா, என்று சொல்லி அவர்களுடைய கையை குலுக்கும் பழக்கம் எல்லாருடைய வீட்டிலும் வந்து விட்டது. இதைத் தவிர்ப்பது நல்லது.

நான் உங்களை மதிக்கிறேன், வணங்குகிறேன், மரியாதை செய்கிறேன் என்பதைத் தெரிவிப்பதே அஞ்சலி முத்திரையாகும். இது நமஸ்தே முத்திரை என்று அழைக்கப்படும்.

வணங்குவதில் கூட பலவிதமான முறைகள் உண்டு. இரண்டு கைகளையும் சேர்த்து உள்ளங்கைகளை ஒன்றோடு ஒன்று தொட்டுக் கொண்டு இருக்குமாறு, நெஞ்சுக்கு நேராக வைத்து நமது வீட்டுப் பெரியவர்களையும், அன்புக்கு உரியவர்களையும் வணங்க வேண்டும். மார்புப் பகுதியில் அனாகதச் சக்கரம் இருக்கிறது. இது அன்பின் உறைவிடம். நமது அன்புக்கும், மரியாதைக்கும் உரியவர்களை இவ்வாறு தான் வணங்க வேண்டும்.

கைகளைக் கூப்பி முகத்துக்கு நேராக இருக்குமாறு வைத்து வணங்குவது ஒருமுறை. நமது நெற்றியில் இரண்டு புருவங்களுக்கு இடையில் இருப்பது ஆக்ஞா சக்கரம். இது மூன்றாவது கண் எனப்படும் இது ஞானத்தின் ஊற்றுக்கண். நமது அறிவுக்கண்ணைத் திறக்கும் ஆசான்கள், குருமார்கள், சித்தர்கள் ஆகியோரை இந்த முறையில் தான் வணங்க வேண்டும்.

தலைக்கு மேலாக இரண்டு கைகளையும் கூப்பி வணங்குவது மற்றொரு முறை. இது சரணாகதி தத்துவத்தைக் குறிக்கிறது. தெய்வமே! இனி என் செயலால் ஆவது ஒன்றுமில்லை. எல்லாம் உன் விருப்பம். நீ எதைத் தருகிறாயோ அதை அப்படியே ஏற்றுக் கொள்கிறேன் என்று சொல்லாமல் சொல்லும் முத்திரை இது. தலையின் உச்சிப்பகுதியில் இருப்பது சஹஸ்ரார சக்கரம். பிரபஞ்ச சக்தியோடு, கடவுளோடு நம்மை இணைக்கும் ஆற்றல் மிகுந்தது இந்தச் சக்கரம். எனவே தான் கடவுளை வணங்கும் போது தலைக்கு மேலாகக் கைகளை உயரத் தூக்கி வணங்குகிறோம்.

பிரார்த்தனையின் போது கைகளை நெஞ்சுக்கு நேராக வைத்து கூப்பி வணங்குகிறோம். இதனால் உடலும் மனமும் சமனிலை அடையும், நம்மைப் படைத்த இறைசக்தியின் மீது அன்பு பெருகும். இது நமஸ்கார முத்திரை என்றும் அழைக்கப்படுகிறது. நமஸ்கார முத்திரைக்கும், அஞ் சலி முத்திரைக்கும் சிறிய வேறுபாடு இருப்பதாகச் சிலர் கருதுகின்றனர்.

இரண்டு உள்ளங்கைகளையும் குவித்துக் கொண்டு, ஒன்றோடு ஒன்று தொடாமல் செய்து, விரல்களை மட்டும் தொட்டுக்கொள்ளுமாறு வைத்து, இரண்டு உள்ளங்கைகளுக்கும் இடையில் இடைவெளி இருக்குமாறு செய்தால் குவிந்த தாமரை மொட்டு போன்ற அமைப்பு ஏற்படுகிறது. இது ஆன்மீக சக்தியை விழிப்படைய இறைவனை வேண்டுவதாக அமைகிறது. சூரியனைக் கண்டால் தாமரை மலர்வதைப்போல கடவுளின் அருளாகிய கிரணங்களை எதிர்பார்த்து இதயத்தாமரை காத்திருக்கிறது என்பதை விளக்குவதே நமஸ்தே முத்திரையின் உட்கருத்து.

இவ்வாறு கைகளைக் கூப்பாமல் உள்ளங்கைகளை ஒன்றோடு ஒன்று நன்றாக அழுத்தி வைத்துக்கொண்டு நமஸ்காரத்தைச் செய்வதும் உண்டு. இவ்வாறு செய்யும் போது, நமது உடலில் உள்ள வர்மப்புள்ளிகள் அழுத்தப்படுகின்றன.

இரண்டு உள்ளங்கைகளும் எதிர் எதிர்திசையில் இருந்து அழுத்தப்படும் போது மணிக்கட்டுக்களுக்கு மட்டும் இல்லாமல், விரல்கள், கைகள், முட்டிகள் ஆகியவற்றின் இறுக்கம் குறைந்து

வளையும் தன்மை அதிகமாகிறது. இந்த முத்திரையின் போது கிடைக்கும் மன அமைதி, உற்சாகம் ஆகியவற்றுக்கு ஒப்பிடும்போது உடலுக்குக் கிடைக்கும் பயன்கள் என்பது குறைவே.

வேறு பல உடற்பயிற்சிகளையோ அல்லது யோகப் பயிற்சிகளையோ செய்ய முடியாத போது இந்த அஞ்சலி முத்திரையைச் செய்வதால் மனஅமைதி பெருகும், உடல் இறுக்கம் குறையும்.

கண்களை மூடிக்கொண்டு, பத்மாசனத்தில் அமர்ந்து அஞ்சலி முத்திரையைச் செய்வதால் மனஇறுக்கம் குறையும், உற்சாகம் உண்டாகும். மேலும் ஒரு குறிப்பிட்ட விஷயத்தின் மீது மனத்தைச் செலுத்துவதற்கு இந்த முத்திரை பெரிதும் உதவும். இதன் அடிப்படையில் தான் பிரார்த்தனையின் போது, இறைவன் மீது நமது எண்ணங்களை ஒருமுகப்படுத்தும் விதத்தில் அஞ்சலி முத்திரையை நாம் பயன்படுத்துகிறோம்.

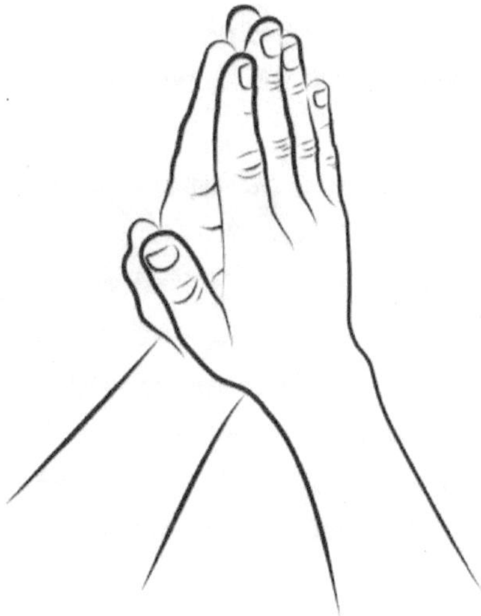

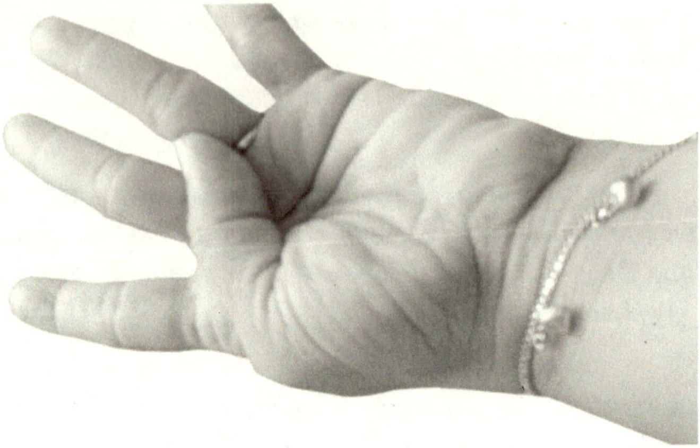

53. கழிவு நீக்க முத்திரை

உலகில் நல்ல வாசனை மிகுந்த பொருட்களும் உண்டு, கெட்ட நாற்றமடிக்கும் அழுகிய பொருட்களும் உண்டு. அதுபோல மனத்தில் ஏற்படும் எண்ணங்களுக்கும் இரண்டு வகைகள் இருக்கின்றன.

ஆனந்தமும், தன்னம்பிக்கையும் தரும் எண்ணங்கள் ஒருவகை. அச்சமும், தாழ்வு மனப்பான்மையும் தரும் எண்ணங்கள் மற்றொரு வகை.

மகிழ்ச்சி தரும் எண்ணங்கள் வாழ்க்கையில் பிடிப்பை ஏற்படுத்தி, உற்சாகத்தை அதிகரித்து சாதனைகளைக் கூட்டி வருகின்றன. உலகப் புகழ் அடையச் செய்கின்றன.

இதற்கு மாறாக தாழ்வு மனப்பான்மையை விருந்தினராகக் கூட்டிவரும் எண்ணங்கள் பலவீனத்தை

அளிக்கின்றன. வாழ்க்கையில் வெறுப்பு, விரக்தியை ஏற்படுத்துகின்றன. தற்கொலைக்குத் தூண்டுகின்றன.

வீட்டிற்குள் எங்கோ கண்மறைவாகச் செத்துப்போன எலி நாற்றத்தை அள்ளி வீசுகிறது. அந்த எலியைக் கண்டுபிடித்து, தூக்கி வெளியே எறிந்தால் தான் நாம் வீட்டிற்குள் நிம்மதியாக இருக்க முடியும். அதைப்போல நம் மனத்துக்குள் எங்கோ ஒரு மூலையில் உட்கார்ந்து கொண்டு பலவீனத்தையும், துன்பத்தையும் கொடுக்கும் எண்ணங்களை நாம் முதலில் இனம் கண்டு கொள்ள வேண்டும்.

செத்த எலியைப் பற்றி எல்லோரிடம் புலம்புவதால் மட்டும் நாற்றம் போகாது. அதைக் கண்டுபிடித்து வெளியே தூக்கி எறிய வேண்டிய செயல் தான் முக்கியம். அதைப்போல என்னால் வெற்றி பெற முடியவில்லை, என்னால் எதையும் சாதிக்க முடியவில்லை, அவர்களுக்கு அதிருஷ்டம் இருக்கிறது. எனக்கு எப்போதுமே லக்கு கிடையாது என்றெல்லாம் புலம்புவதால் மட்டும் சாதனையாளராக மாறிவிட முடியாது.

மோசமான எண்ணங்களை, தாழ்வு மனப்பான்மையை, நம்மை பலவீனப்படுத்தும் எண்ணங்களைக் கண்டுபிடித்து, செத்த எலியை வீட்டுக்கு வெளியே தூக்கி வீசுவதைப் போல நம் மனத்தை விட்டுத் தூக்கி எறிய வேண்டும்.

நம்மை அச்சப்படுத்தும், பலவீனப்படுத்தும், முட்டுக்கட்டை போடும் எதிர்மறை எண்ணங்களைத் தயவு தாட்சண்யம் பார்க்காமல் மனத்தில் இருந்து வெளியே தள்ள வேண்டும். கழிவுகளை அகற்றி, வீட்டைக் கழுவி, ஒரு ஊதுவத்தியைக் கொளுத்தி வைத்தால் நாற்றம் போவதோடு, நறுமணமும் கமழ்வதைப் போல நமது மனமும் கெட்ட எண்ணங்களைவிட்டு, நல்ல எண்ணங்களின் சூழலில் இருந்து, நமக்கு நல்லனவற்றைத் தரும். இதற்கு முதலில் கழிவுகளை அகற்றும் முத்திரையைச் செய்ய வேண்டும்

பத்மாசனத்தில் அல்லது சித்தாசனத்தில் அமர்ந்து கொள்ளுங்கள்.

கட்டை விரலின் நுனிப்பகுதியால் மோதிரவிரலின் கீழ் அதாவது மூன்றாவது ரேகை உள்ள இடத்தைத் தொடவும்.

அதிக அழுத்தம் தராமல் மெல்லிய அழுத்தம் தரவும். இதற்கு கழிவு நீக்க முத்திரை என்று பெயர்.

இந்த முத்திரையை ஒவ்வொரு நாளும் 20 நிமிடங்கள் செய்து வரவேண்டும்.

ஆரம்பத்தில் இந்த முத்திரைகளை இரண்டு கை விரல்களிலும் போட்டுக்கொண்டு சுவாசத்தைக் கவனித்து வரவேண்டும்.

இப்படிச் செய்து வந்தால் நமது உடலில் உள்ள கழிவுகள் வெளியேற ஆரம்பிக்கும்.

இந்தப் பயிற்சிகளைச் செய்து வருகின்ற நாட்களில் உடம்பில் இருந்து அதிகபட்சமாக வியர்வை வெளிவரும். அதில் வாடை வீசும்.

மலம் கறுப்பாக வெளியேறும், நாற்றம் அதிகமாக இருக்கும்.

பேதி ஏற்படும். இவை நமது உடலில் பல வருடங்களாகச் சேர்ந்திருக்கும் கழிவுப் பொருட்கள் வெளியேறுவதைக் காட்டுகின்றன. ஆகவே பயப்படத் தேவையில்லை.

இந்தப் பயிற்சியை ஒரு அமாவாசை தினத்தில் ஆரம்பித்து பவுர்ணமி வரையில் செய்து நிறுத்தி விடலாம்.

பிறகு மூன்று மாதங்களுக்கு ஒருமுறை ஏழு நாட்கள் தொடர்ந்து இந்த முத்திரைகளைப் போட்டு வர வேண்டும். இப்படிச் செய்தால் உடலை ஓவர் ஆய்லிங் செய்தது போல சுத்தமாகும், கழிவுப் பொருட்கள் வெளியேறி உடல் உறுப்புக்கள் நன்றாக இயங்கும்.

மற்ற முத்திரைகளைச் செய்வதற்கு முன்னால் இந்தக் கழிவு நீக்க முத்திரையைச் செய்யவும். உடலும் மனமும் கழிவுகள் அகன்று சுத்தமாக இருக்கும். அதற்குப் பிறகு மற்ற முத்திரைகளைச் செய்யும் போது பலன் அதிவிரைவாக இருக்கும்.

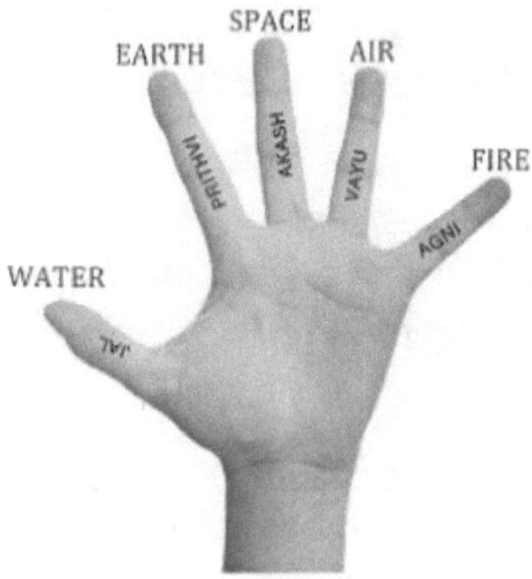

54. முத்திரைகளைப் பயிலும் முறைகள்

1. பொதுவாக முத்திரைகளைச் செய்யும் போது பத்மாசனத்தில் அமர்ந்து செய்வது நல்லது. ஆனால் உட்கார்ந்து கொண்டுதான் செய்ய வேண்டும் என்ற நியதி முத்திரைகளுக்கு இல்லை. தியானத்தில் ஈடுபடும்போது வேண்டுமானால் உட்கார்ந்து செய்வது உத்தமம். மற்ற நேரத்தில் நின்று கொண்டோ அல்லது பேருந்தில் பயணம் செய்யும் போதோ கூட முத்திரைகளைப் போடுவதால் தவறு ஏதும் இல்லை.

2. ஞான முத்திரையைத் தவிர மற்ற முத்திரைகளை ஒரே சமயத்தில் இரண்டு கைகளிலும் செய்யலாம்.

3. எல்லா வயதினரும், எல்லாப் பருவ

காலங்களிலும் முத்திரைகளைச் செய்து வரலாம். ஆனால் சூன்ய முத்திரை மட்டும் இதற்கு விதிவிலக்கு. காது கேளாதவர்கள் மட்டுமே இந்த முத்திரையைப் போட வேண்டும்.

4. கட்டை விரல் அக்கினியைக் குறிக்கிறது. ஆகவே அக்கினியைச் சேர்க்காமல் அதாவது கட்டை விரலைப் பயன்படுத்தாமல் எந்த முத்திரையையும் செய்வது கூடாது.

5. முத்திரைகளைப் போடும் போது விரலோடு மற்ற விரல்களை மெதுவாகத் தொட வேண்டுமே தவிர, முரட்டுத்தனமாக அழுத்துவது தேவையற்றது.

6. ஆரம்ப காலத்தில் முத்திரைகளைப் பத்து முதல் பதினைந்து நிமிடங்கள் வரையில் செய்யலாம், பிறகு தினமும் 45 நிமிடங்கள் வரை செய்யலாம்.

7. வலது கை முத்திரைகள் உடலின் இடது பக்க உறுப்புக்களை இயங்கச் செய்து குறைகளை நிவர்த்தி செய்யும். அதேபோல இடது கை முத்திரைகள் உடலின் வலது பக்கத்தில் உள்ள உறுப்புக்களை இயங்கச் செய்யும், நோய்களை நீக்கும். இதை உணர்ந்து முத்திரைகளைச் செய்ய வேண்டும்.

முத்திரைப் பயிற்சிகளை காற்றில்லாத இடத்திலோ கழிவுகள் உள்ள இடத்திலோ, நாற்றம் அடிக்கின்ற இடங்களிலோ செய்யக்கூடாது.

இடம் காற்றோட்டமாக இருக்க வேண்டும், நல்ல வெளிச்சமாகவும் மனத்திற்கு இதம் அளிக்கும் சூழ்நிலையில் அதிக சத்தம் இல்லாமல் இருப்பது நல்லது.

உட்காரும் தரை மேடு பள்ளங்கள் இல்லாமல், சமதளமாக இருக்க வேண்டும்.

காலையில் எழுந்து காலைக்கடன்களை முடித்துவிட்டு ஒரு தம்பளர் குளிர்ந்த நீரை அருந்திவிட்டு முத்திரைகளைப் பயிற்சி செய்வது நல்லது. வயிறு நிரம்ப உணவு உண்டபிறகு முத்திரைகளைச் செய்வது கூடாது. காலையிலும் மாலையிலும்

இரண்டு வேளைகளும் முத்திரைப் பயிற்சிகளைச் செய்ய விரும்புவோர், உணவு உண்டபிறகு இரண்டு மணி நேரம் கழித்து செய்யலாம்.

முத்திரைகளைப் பொதுவாக உட்கார்ந்து செய்ய வேண்டும். இருந்தாலும் சில முத்திரைகளைப் படுத்திருக்கும் போதும் செய்யலாம். உடலில் அறுவை சிகிச்சை முடிந்து படுக்கையில் கிடப்பவர்கள், கால் மற்றும் கை எலும்புகள் முறிந்திருப்பவர்கள் கூட சரியான முத்திரைகளைத் தேர்ந்தெடுத்து படுக்கையில் படுத்தபடியே செய்து நல்ல பலன்களை அடையலாம்.

பத்மாசனத்திலோ அல்லது வஜ்ராசனத்திலோ அமர்ந்து முத்திரைகளைச் செய்ய வேண்டும் என்று இந்த நூலில் பல இடங்களில் சொல்லி இருக்கிறேன். அப்படிச் செய்வதால் மிக அதிகமான பலன்களைப் பெற முடியும். ஆனாலும் சில வயதானவர்கள் அப்படி உட்கார முடியாத நிலையில் இருப்பார்கள். அவர்கள் நாற்காலியில் சவுகரியமாக உட்கார்ந்து கொண்டு முத்திரைகளைச் செய்து வரலாம். ஆனால் முத்திரைகளைச் செய்யும் போது கால்கள் தரையில் பட்டுக் கொண்டு இருக்க வேண்டும்.

முத்திரைகளை கைவிரல்களில் போட்டுக் கொண்டு அதில் கவனம் செலுத்தாமல், மனதை வேறு விஷயங்களில் அலைய விடக்கூடாது. மனமும் உடலும் கட்டுப்பாட்டுக்குள் இருப்பது மிகவும் அவசியம்.

நேரக்கணக்கின்படி முத்திரைகளைச் செய்ய வேண்டும். ஒரு நாள் அதிக நேரமும் பிறகு விட்டுவிடுவதும், மனம் போன போக்கில் சில நாட்கள் அதிக நேரமும் செய்யக்கூடாது. பயிற்சி என்பதே குறிப்பிட்ட நேரத்தில், குறிப்பிட்ட அளவு மணித் துளிகளில் செய்வது தான் என்பதை சாதகர்கள் உணர வேண்டும்.

முத்திரைகளைச் செய்யும் போது நல்ல சிந்தனைகள் உள்ளே சென்று அதிர்வுகளை உண்டாக்கி மோசமான கெட்ட சிந்தனைகளை வெளியே தள்ளும். இதன் காரணமாக சிலருக்கு இப்பயிற்சிகளை மேற்கொள்ளும் காலகட்டத்தில் கோபம், ஆத்திரம், காம எண்ணங்கள், பயம், தாழ்வு மனப்பான்மை

ஆகியவை ஏற்படும். இவை ஓடும் மேகங்களைப் போன்றவை. ஆகவே அச்சம் வேண்டாம். தொடர்ந்து பயிற்சிகளைச் செய்துவந்தால் நேர்மறையான சிந்தனைகள் குறையும். சந்தோஷமான மனநிலை ஏற்படும். எதிர்மறை எண்ண அதிர்வுகள் படிப்படியாகக் குறைந்து, அவற்றால் உண்டான நோய்களும் ஒழியும்.

முத்திரைகளை யார் வேண்டுமானாலும் எந்த வயதினர் வேண்டுமானாலும் செய்யலாம். இதற்கு எந்தவிதமான முன்தயாரிப்புக்களும் தேவையில்லை. அமைதியான சூழல் இருந்தால் போதும். முத்திரைகளை அவசரமாகச் செய்து விட்டு அடுத்த நாளே பலனை எதிர்பார்ப்பது கூடாது. இந்தப் பயிற்சிகளை விடா முயற்சியோடு, தொடர்ந்து மாதக் கணக்காகச் செய்து வரவேண்டும். அப்போது தான் எதிர்பார்த்த பலன்களை அடைய முடியும். புத்தகத்தைப் படித்து விட்டு செய்வதை விட தகுந்த குருவின் மேற்பார்வையில் முத்திரைகளைச் செய்வது நல்லது.

இதுவரையில் நாம் பலதரப்பட்ட முத்திரைகளைப் பற்றித் தெரிந்து கொண்டோம்.

நோய் தீர்க்கும் முத்திரைகள், நோய்களை நீக்கி ஆரோக்கியமாக வாழ வழிகாட்டுகின்றன. இந்த முத்திரைகள் நோய்களைத் தீர்க்க வேண்டுமானால் உணவுக்கட்டுப்பாடு மிகவும் அவசியம்.

வாயைக் கட்டாமல் வேளாவேளைக்கு வளைத்துக்கட்டி சாப்பிட்டுக் கொண்டு முத்திரைகளைச் செய்வதால் அதிகப் பயனை அடைய முடியாது. நோய்க்கு முக்கிய காரணமே உணவுதான். அந்த உணவை அளவுக்கு அதிகமாகச் சாப்பிடும் போதோ அல்லது உடலுக்கு ஒத்துக்கொள்ளாத உணவுகளை ருசிக்காக ஆசைப்பட்டு உண்ணும் போதோ தான் நமது உடல் நோய்வாய்ப்படுகிறது.

இதை உணர்ந்து கொண்டு ருசிக்காக உணவு சாப்பிடாமல் பசிக்காக உணவு சாப்பிடுவது அவசியம். நோய் நீக்கும் முத்திரைகளைச் செய்யும் போது மசாலா கலந்த உணவு, அதிக காரம், அதிக உப்பு, அதிக எண்ணெய் கலந்த உணவு

ஆகியவற்றைத் தவிர்ப்பது நல்லது. எளிதில் ஜீரணமாகும் உணவுகளைத் தெரிந்தெடுத்து உண்பது அவசியம்.

வெளியிடங்களில் சாப்பிடுவதைத் தவிர்த்து வீட்டுச் சாப்பாடு சாப்பிடுவதும், தேவைக்குச் சற்று குறைவாகவே சாப்பிடுவதும் ஆரோக்கியத்திற்கு நல்லது. நோய் நீக்கும் முத்திரைகளைச் செய்யும் காலங்களில் மாமிச உணவைத் தவிர்ப்பது நோய் நீக்கத்திற்குப் பெரிதும் உதவும்.

நாம் மேலே பார்த்தவற்றில் சில ஆன்மீக முத்திரைகளாக இருப்பதைப் பார்த்தோம். உடலும் மனமும் பண்பட்டவர்கள் இந்த முத்திரைகளைச் செய்யும் போது மனம் ஞானவழியில் செல்ல ஆரம்பிக்கும். மன உளைச்சல் மறையும், நல்லதையும் கெட்டதையும் ஒன்றாக ஏற்றுக் கொள்ளும், சமனிலை வந்து விடும். எல்லாம் நன்மைக்கே என்ற பக்குவம் ஏற்படும். கடவுளின் விருப்பத்தின் படியே வாழ்க்கையில் நிகழ்ச்சிகள் நடக்கின்றன என்ற ஞானம் வரும். கெட்டது வரும்போது அழுது புலம்புவதோ, நல்லது நடக்கும் போது ஆட்டம் போடுவதோ தேவையில்லை என்ற பெருந்தன்மை ஏற்படும்.

மேலும் சில முத்திரைகள் யோக முத்திரைகள். இவைகளை யோகாசனங்களுடன் செய்யும் போது அபரிமிதமான பலன்கள் கிடைக்கும். மனமும் கீழ்நிலையில் இருந்து உயர் தளத்திற்குச் செல்லும். இன்னும் சில முத்திரைகளை தினசரி செய்து வரும் போது அவைகள் மன உளைச்சலை நீக்கும், தெளிவான சிந்தனையைத் தரும், உடலில் மட்டும் இல்லாமல் மனத்திலும் ஆரோக்கியத்தைக் கொண்டு வரும்.

இந்த முத்திரைகளைப் புத்தகங்களில் படித்து விட்டு உடனே செய்ய ஆரம்பித்து விடக்கூடாது. தகுந்த குருவின் மூலமாகக் கற்றுக் கொண்டே செய்வது உடலுக்கும் உள்ளத்திற்கும் நல்லது.

குரு கிடைக்காதவர்கள் ஏற்கெனவே முத்திரைகளைச் செய்து பழக்கப்பட்டவர்களின் அனுபவ அறிவின் துணையோடு செய்வது பாதுகாப்பானது.

சில முத்திரைகளை மூச்சுப் பயிற்சியோடு செய்ய வேண்டியிருக்கும். ஆகவே நல்ல குருவைத் தேர்ந்தெடுத்துக்

கொண்டு அவர் மூலமாகப் பயிற்சிகளைப் பெற்று முத்திரைகளைச் செய்வதே சிறந்தது.

நமது முன்னோர் கண்டறிந்த இந்த முத்திரை விஞ் ஞானம் என்பது மிகப் பெரிய கடலுக்கு ஒப்பானது. அந்தக் கடலில் மூழ்கி ஒரு சில முத்துக்களை எடுத்துக் கொண்டு வருவதற்கு ஒப்பானதே இந்த நூலில் நாம் படித்த தகவல்கள். தெரிந்த தகவல்களை வைத்துக்கொண்டு முத்திரைகளைச் செய்வதற்குப் பயிற்சி செய்யுங்கள். குருவருளும், திருவருளும் நிச்சயம் கைகொடுக்கும். முத்திரைகளைக் கருத்தோடு செய்தால் சாதனைகள் செய்து, பெரும்புகழ் பெற்று, வாழ்விலும் முத்திரை பதிக்கலாம்.

முத்திரைகளைச் செய்யும்போது வண்ணக் காய்கறிகளை உண்பது அதிக பலன்களைத் தரும். அதுகுறித்த விவரங்களைத் தெரிந்து கொள்ளுங்கள்.

55. உடல்நலத்திற்கு உதவும் வண்ணக் காய்கறிகள்

நாம் சாப்பிடும் உணவுப் பொருட்களின் மூலம் நமக்குத் தேவையான சத்துப்பொருட்கள், ஊட்டச்சத்துக்கள் ஆகியவை கிடைக்கின்றன. இவற்றை நமது உடல் கிரகித்துக்கொள்கிறது. அதன் காரணமாக நமது ஆரோக்கியம் பாதுகாக்கப்படுகிறது. வண்ணங்கள் வாழ்க்கையை அழகாக மாற்றுவதோடு, உடல் நலத்தையும் அதிகப்படுத்துகின்றன. ஆகவே வண்ணமயமான உணவை தினசரி சாப்பிடுவது உடல் நலத்துக்கு மிகவும் நல்லது என்று மருத்துவர்கள் தெரிவிக்கின்றனர்.

பச்சை நிறமே பச்சை நிறமே

பச்சைக் காய்கறிகள் கீரைகள் ஆகியவற்றை அடிக்கடி உணவில் சேர்த்துக் கொள்வதன் மூலமாக கண்பார்வைக்

குறைவுகளைச் சரி செய்ய முடியும் என்பதை நாம் மூன்றாம் வகுப்பில் இருந்து படித்து வருகிறோம். ஆனால் தற்போதைய ஆராய்ச்சிகள் பல வண்ணக் காய்கறிகள், பழங்கள் ஆகியவற்றையும் அடிக்கடி சாப்பிட்டு வாருங்கள், உடலும், உள்ளமும் இளமையாகும் என்று புதிய தகவலைத் தெரிவிக்கிறது.

கொத்தவரங்காயில் எலும்பு மெலிவைத் தடுக்கும் கால்சியம் சத்துக்கள் அதிகம் இருக்கின்றன. காபி, டீ போன்ற பானங்களை அடிக்கடி அருந்திவருவதால் ஏற்படும் அதிகப்படியான பித்தத்தை கொத்தவரங்காய் போக்குகிறது. இரவில் நன்கு கண்பார்வை தெரியவும் இது உதவுகிறது.

பள்ளி செல்லும் மாணவ, மாணவியருக்கும், வேலைக்குச் செல்லும் முப்பது வயதுக்குட்பட்ட ஆண் பெண் அனைவருக்கும் பாஸ்பரஸ் உப்பு தேவைப்படுகிறது. மூளை நன்கு செயலாற்றவும், சிந்திக்கவும் இந்த உப்பு அவசியம். இவர்கள் பச்சைப்பட்டாணியை ஒருநாள் விட்டு ஒருநாள் குறைந்த அளவு உணவில் சேர்த்துக் கொள்வது அவசியம். சிறு துளி பெருவெள்ளம் என்பதைப்போல இந்தச் சிறிய அளவு பச்சைப்பட்டாணி வாழ்க்கையில் மிகப்பெரிய நன்மைகளை உடல் ஆரோக்கியத்தின் மூலமாகக் கொண்டு வந்துவிடும்.

பசலைக்கீரையைத் தொடர்ந்து சாப்பிடுவதன் மூலமாக ஆண்களின் பிராஸ்டேட் சுரப்பிகள் பாதுகாக்கப்படுகின்றன. மேலும் விந்துசுரப்பியில் ஏற்படும்

புற்றுநோய்களைத் தடுக்கும் நியோக்ஸ் ஆந்தின் என்ற கூட்டுப்பொருள் பசலைக்கீரையில் அதிக அளவில் இருப்பதாகவும் ஆராய்ச்சிகள் தெரிவித்துள்ளன. ஆகவே எல்லா வயது ஆண்களும் வாரத்திற்கு இரண்டு அல்லது மூன்று முறை பசலைக்கீரையை உணவில் சேர்த்துக் கொள்வது மிகவும் அவசியம்.

பச்சை நிறக் காய்கறிகளில் விட்டமின் ஈ சத்தும், பீட்டா கரோட்டினும் உள்ளன. இவைகள் இதயநோயை எதிர்க்கின்றன. புற்றுநோயைத் தடுக்கின்றன. தினமும் அவரைக்காய், பாகற்காய், வெண்டைக்காய் போன்ற காய்கறியோடு, பச்சை திராட்சைப் பழங்களையும் சாப்பிட்டு வந்தால் மேலே சொன்ன நோய்கள் நம் பக்கம் வராமல் சென்றுவிடும் என்பது உறுதி.

மஞ்சள் பழமே வருக

மலச்சிக்கலினால் அவதிப்படும் நபர்களுக்கு இந்த மஞ்சள் நிறம் ஒரு வரப்பிரசாதம். ஆரஞ்சு, வாழைப்பழம், அன்னாசி, முலாம்பழம் போன்ற மஞ்சள் நிறமுடைய பழங்களைத் தினமும் தொடர்ந்து சாப்பிட்டு வந்தால் மலச்சிக்கல் போயே போச்சு என்று சந்தோஷமாகச் சொல்ல முடியுமாம்.

தினசரி உணவில் மஞ்சள் மற்றும் சிவப்பு நிறமுள்ள பழங்களையும், காய்கறிகளையும் சேர்த்து வருபவர்களுக்கு குடலில் உள்ள கழிவுப் பொருட்கள் எளிதாக வழியேறுகின்றன. மஞ்சள் நிறமுடைய பழங்களை அப்படியே சாப்பிட்டாலும் சரி, அல்லது பழச்சாறாக எடுத்து ஒரு கப் குடித்தாலும் சரி நல்ல பலனைப் பெறமுடியும்.

பழச்சாறு, அல்லது பழங்கள், இரண்டு ரொட்டித்துண்டுகள், ஒரு கப் நல்ல தயிர் ஆகியவற்றை ஒரு வாரத்திற்கு தினமும் ஒருவேளை சாப்பிட்டு வந்தால்

வயிற்றுக்கோளாறுகள் நீங்குவதோடு, மலச்சிக்கலும் தீர்ந்து விடும். மஞ்சள் வண்ணப் பழங்கள் பசியைத் தூண்டுகின்றன, நினைவு ஆற்றலை அதிகப்படுத்துகின்றன. எனவே பள்ளி செல்லும் மாணவ மாணவியர் அதிக அளவில் மஞ்சள் வண்ணப் பழங்களை உட்கொள்வது முதல் மார்க் பெற வழிகாட்டும்.

கடலுக்கும் வானுக்கும் நீல நிறம்

வண்ணங்கள் நம் வாழ்க்கையில் பல இனிய மாறுதல்களைக் கொண்டுவரும். கடலும், வானமும் நீலவண்ணத்தில் காணப்படுகின்றன. நீல வண்ணம் மனஅமைதி, நிம்மதி ஆகியவற்றின் அறிகுறி. இந்த வண்ணம் நம் உடல்நலத்திற்குப் பெரிதும் உதவுகிறது.

அது மட்டும் அல்லாமல் நீல நிற வண்ணம் கொண்ட காய்கறிகள் மற்றும் பழங்கள் ஆகியவற்றை நாம் உண்டால் அது நமது இரத்த அழுத்தத்தைக் கட்டுப்பாட்டுக்குள் வைத்திருக்கவும், இதயநோய்களில் இருந்து காக்கவும் செய்கிறது. இது குறித்த ஆராய்ச்சிகள் மேற்கொள்ளப்பட்டன.

ஆயிரக்கணக்கான மக்கள் தொடர்ந்து நீலம் மற்றும் வயலெட் நிறமுள்ள காய்கறிகள் மற்றும் பழங்களைச் சாப்பிட்டனர். ஒரு குறிப்பிட்ட காலத்திற்குப் பிறகு செய்த பரிசோதனைகளின் முடிவில் அவர்களது இரத்தத்தில் உள்ள தீமை

செய்யும் கொலஸ்டிரால் குறைந்திருந்தது. மேலும் அவர்களில் ஒரு பகுதி எண்ணிக்கையினர் எடை கூடாமலும் காணப் பட்டனர். ஆகவே உடல் எடையைக் குறைப்பதற்கும், இதய நோய்களைத் தடுப்பதற்கும் நீலம் மற்றும் வயலெட் நிறக் காய்கறிகள் மற்றும் பழங்கள் பெரிதும் உதவுகிறது என்று அந்த ஆய்வறிக்கை தெரிவித்துள்ளது.

சிவப்பு எதிரி அல்ல

சிவப்பு நிறத்தில் உள்ள காய்கறிகள் மற்றும் பழங்களை உணவில் சேர்த்துக் கொள்வது மிகவும் நல்லது. இவை பார்ப்பதற்கு அழகாக இருக்கும், சாப்பிட வேண்டும் என்ற ஆர்வத்தைத் தூண்டும், பசியை அதிகப்படுத்தும். உணவை வேகமாகச் சாப்பிட வைப்பதில் இந்த நிறம் கைதேர்ந்தது. சில புற்றுநோய்களைத் தடுக்கும் ஆண்டி ஆக்சிடன்ட்ஸ் சிவப்பு நிறத்தில் காணப்படுகிறது. ஆண்களுக்கு ஏற்படும் விந்து சுரப்பி புற்றுநோயைத் தடுப்பதில் சிவப்பு நிற தக்காளிக்கு பெரும்பங்கு உண்டு. மேலும் இந்த நிறமுள்ள காய்கறிகள் மற்றும் பழங்கள் மார்புத் தசைகளைப் பாதுகாப்பதிலும் பங்கேற்கின்றன.

சிவப்பு நிறமுள்ள தக்காளி, பீட்ரூட், சிவப்பு மிளகாய், சிவப்பு ஆப்பிள், சிவப்பு திராட்சை, வெங்காயம், தர்பூசனி ஆகியவை உடல் நலத்திற்கு மிகவும் துணை செய்கின்றன. தக்காளி மற்றும் தக்காளியில் செய்யப்பட்ட சாஸ் போன்றவற்றை அதிக அளவில் சேர்த்துக் கொள்வதால் உடல் ஆரோக்கியம் பாதுகாக்கப்படுகிறது.

ஆரஞ்சு வண்ணம்

ஆரஞ்சு வண்ணத்தைப் பிடிக்காதவர்கள் யாருமே இருக்கமாட்டார்கள். அது அழகு மட்டும் அல்ல, நமக்குத்

தேவையான மருத்துவ குணங்களை ஏராளமாகக் கொண்டு இருக்கிறது. ஆரஞ்சு வண்ணத்தில் காணப்படும் பழங்கள் மற்றும் காய்கறிகளில் பீட்டா கரோட்டின் அதிக அளவில் காணப்படும். இந்த வகையான உணவு பொதுவாக கண் பார்வைக்கு மிகவும் நன்மை செய்யக்கூடியது. காரணம் இவற்றில் வைட்டமின் ஏ சத்து அதிக அளவில் அடங்கி இருக்கிறது.

ஆரஞ்சு வண்ணமுடைய பழங்கள் நுரையீரல் மற்றும் தொண்டையில் ஏற்படும் புற்றுநோய்களைத் தடுப்பதில் பெரிதும் உதவுகிறது. இவைகள் வயிற்றில் ஏற்படும் புற்று நோயைத் தடுக்கின்றன. இதைத் தவிர இதயநோய்களினால் பாதிப்பு ஏற்படாமல் பார்த்துக் கொள்கின்றன. உடலின் ஒட்டுமொத்த நோய் எதிர்ப்புத்திறனை ஊக்கப்படுத்துகின்றன. ஆகவே மாம்பழம், காரட், பூசனி, வள்ளிக்கிழங்கு, ஆரஞ்சு போன்றவற்றை அதிக அளவில் உட்கொள்ள வேண்டும்.

ஒவ்வொரு சீசனிலும் கிடைக்கின்ற பலவண்ணக் காய்கறிகள் மற்றும் பழங்களைத் தேர்ந்தெடுத்து சாப்பிடுவதன் மூலமாக உடல் ஆரோக்கியம் பெறலாம். நோய் எதிர்ப்புத்திறனை அதிக அளவில் அடையலாம். இளமையோடும், இனிமையோடும் ஆனந்தமாக வாழலாம். உணவுப்பொருட்களில் காணப்படும் வண்ணங்கள் பார்வைக்கு மட்டும் அழகாக இருப்பதோடு, உடல் நலத்திற்கும் துணை புரிய வேண்டும். அந்த வகையில் உணவுப்பொருட்களில் சேர்க்கப்படும் செயற்கை வண்ணங்களைவிட, காய்கறிகள் மற்றும் பழங்களில் காணப்படும் இயற்கை வண்ணங்கள் மிகச் சிறந்தவை. தினசரி உணவில் இவைகளுக்கு முக்கியத்துவம் அளிப்பது நோயற்ற வாழ்க்கை வாழ்வதற்கு மிகவும் அவசியம்.

www.ingramcontent.com/pod-product-compliance
Lightning Source LLC
LaVergne TN
LVHW060619051026
849519LV00002B/675
9789387655324